ഉന്മാദത്തിന്റെ സൂര്യകാന്തികൾ

വിൻസന്റ് വാൻഗോഗ്

എസ്. ജയചന്ദ്രൻനായർ

ഗ്രീൻ ബുക്സ്

ഉന്മാദത്തിന്റെ സൂര്യകാന്തികൾ വിൻസന്റ് വാൻഗോഗ്

എസ്. ജയചന്ദ്രൻനായർ

പത്രപ്രവർത്തകൻ, നോവലിസ്റ്റ്. തിരുവനന്തപുരം ജില്ലയിലെ ശ്രീവരാഹത്ത് ജനനം. യൂണിവേഴ്സിറ്റി കോളേജിൽ വിദ്യാഭ്യാസം. കൗമുദി ദിനപത്രം, മലയാളരാജ്യം, കേരളജനത, കേരളകൗമുദി എന്നിവയിൽ പത്രാധിപ സമിതി അംഗമായി പ്രവർത്തിച്ചു. കലാകൗമുദി, സമകാലികമലയാളം എന്നീ വാരികകളിൽ പത്രാധിപരായിരുന്നു. പുരസ്കാരങ്ങൾ: കേരള സാഹിത്യ അക്കാദമി അവാർഡ്, കേരള ചലച്ചിത്ര അക്കാദമി അവാർഡ്, കെ. ബാലകൃഷ്ണൻ സ്മാരക അവാർഡ്, കെ.സി. സെബാസ്റ്റ്യൻ അവാർഡ്, കെ. വിജയരാഘവൻ സ്മാരക അവാർഡ്, എം.വി. പൈലി ജേർണലിസം അവാർഡ്, സി.എച്ച്. മുഹമ്മദ് കോയ ജേർണലിസം അവാർഡ്, മികച്ച ചലച്ചിത്ര ഗ്രന്ഥത്തിനുള്ള ദേശീയ പുരസ്കാരം. നോവൽ, ലേഖനസമാഹാരം, ജീവചരിത്രം, വിവർത്തനം എന്നീ മേഖലകളിൽ നിരവധി കൃതികൾ രചിച്ചിട്ടുണ്ട്. ബാക്കിപത്രം, മരക്കുതിര എന്നീ കൃതികൾ ഗ്രീൻ ബുക്സ് പ്രസിദ്ധീകരിച്ചു.

green books private limited
gb building, civil lane road, ayyanthole,
thrissur- 680 003, kerala, ph: +91 487-2381066, 2381039
website: www.greenbooksindia.com
e-mail: info@greenbooksindia.com

malayalam

unmadathinte sooryakanthikal

bio novel

by

s. jayachandran nair

first published september 2020

cover design : mansoor cheruppa

printed in india
manipal technologies ltd.

branches:
thrissur 0487-2422515
thiruvananthapuram 0471-2335301
calicut 0495 4854662

isbn : 978-93-89671-29-2

₹ 240.00
GBPL/1154/2020

മുഖക്കുറി

തന്റെ പ്രശസ്തമായ ഉരുളക്കിഴങ്ങ് തീറ്റക്കാർ (Potato eaters) എന്ന ചിത്രരചനയെക്കുറിച്ചു വാൻഗോഗ്, സഹോദരൻ തിയോവിന് ഇങ്ങനെയെഴുതി: "പെയിന്റിംഗിൽ അധികമൊന്നും ചെയ്യാൻ ബാക്കിയുണ്ടായിരുന്നില്ല. ശിരസ്സുകളടക്കം എല്ലാം പൂർത്തിയാക്കിയിരുന്നു. പെട്ടെന്ന് ഒരു നിമിഷം ഞാനതിനെ നിർദ്ദയം ചായത്തിൽ കറുപ്പിച്ചു, തൊലികളയാത്ത മുഷിഞ്ഞ ഉരുളക്കിഴങ്ങുകളെപോലെ..." അവർ വാൻഗോഗിനു ചുറ്റുമുള്ള മനുഷ്യരായിരുന്നു. പ്രകൃതിയെയും പാവപ്പെട്ട മനുഷ്യരെയും അഗാധമായി പ്രണയിച്ച ഒരു കലാകാരന്റെ ജീവിതമായിരുന്നു വാൻഗോഗിന്റേത്. നിരാശയും ഉന്മാദവും നിറഞ്ഞ ഒരു ചെറുജീവിതത്തിൽ അദ്ദേഹം തീർത്ത നൂറുകണക്കിന് പെയിന്റിങ്ങുകൾ ഇരുപതാം നൂറ്റാണ്ടിന്റെ ഇതിഹാസമായി മാറി. ചിത്രകല കണ്ട മഹാനായ ഗുരുനാഥനായി. പണ്ട് പാരീസിലെ തെരുവുകളിലൂടെ ചായക്കൂടുകളുമായി അനാഥനും ശല്യക്കാരനും ആർക്കും വേണ്ടാത്തവനുമായി അലഞ്ഞു നടന്ന ഒരാൾ. ആ കലാകാരന്റെ ജീവിതത്തെ ആത്മവ്യഥയോടെ കോറിയിടുകയാണ് ശ്രീ. എസ്. ജയചന്ദ്രൻ നായർ. ആത്മാവ് വെന്തു കരിഞ്ഞതാണു വാഴ്ത്തപ്പെട്ട പലരുടെയും ജീവിതം. വായനക്കാർക്കു സൂക്ഷിച്ചു വെയ്ക്കാവുന്ന ഒരു ഗ്രന്ഥം. പ്രശസ്ത ചിത്രകാരൻ നമ്പൂതിരിയുടെ വാൻഗോഗ് ചിത്രസമർപ്പണത്തിന് നന്ദി.

കൃഷ്ണദാസ്
മാനേജിങ് എഡിറ്റർ

എം.എസ്. മണിയുടെ
ഓർമ്മയ്ക്ക്

ബയോ നോവൽ

ഉന്മാദത്തിന്റെ സൂര്യകാന്തികൾ
വിൻസന്റ് വാൻഗോഗ്

എസ്. ജയചന്ദ്രൻനായർ

ഗ്രീൻ ബുക്സ്

ഉള്ളടക്കം

വാൻഗോഗ്
ആർട്ടിസ്റ്റ് നമ്പൂതിരിയുടെ സങ്കല്പത്തിൽ

കിടപ്പുമുറി

ബില്യാഡ് റൂം

നാട്ടിൻപുറം

ഗ്രാമഗേഹങ്ങൾ

ആകാശത്തിലേക്കുയരുന്ന സൈപ്രസ്

വിശ്രമം

ബിർച്ച് മരങ്ങൾ

പൂക്കളും കായ്കളും

മഞ്ഞവീട്

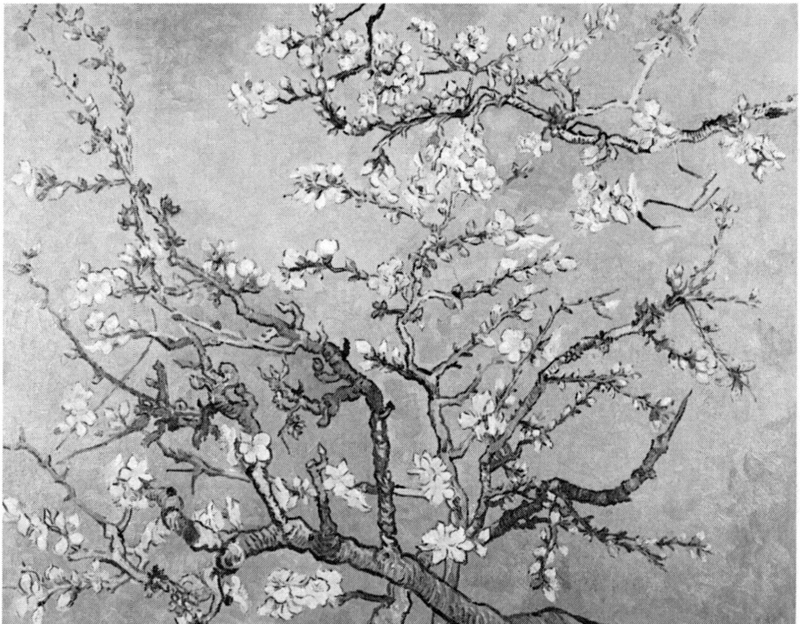

ആൽമണ്ട് മരം പൂത്തപ്പോൾ

പൂക്കൂട

നക്ഷത്രരാത്രി

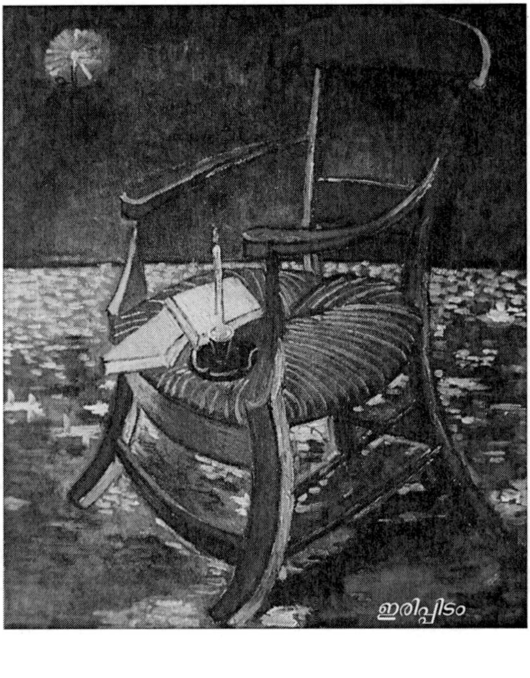

ഇരിപ്പിടം

ആമുഖം

വെന്തു കരിഞ്ഞ ഒരു മഹാജീവിതം

നൂറു കൊല്ലത്തിനിടയിൽ പൂത്ത്, ഒരു രാത്രികൊണ്ട് കരിയുന്ന, നിത്യകല്യാണിയുടെ മദിപ്പിക്കുന്ന മണം പരന്നൊഴുകിയിരുന്ന മുറിയിലിരുന്ന് - ഭിത്തികൾ നിറയെ പെയിന്റിംഗുകളായിരുന്നു- സംസാരിക്കുന്നതിനിടയിൽ കെ.പി. പത്മനാഭൻ തമ്പി ഞാനിരിക്കുകയായിരുന്ന പച്ചനിറം പൂശിയ ചൂരൽക്കസേര ചൂണ്ടിക്കൊണ്ട് പറഞ്ഞു: "മുൻപൊരിക്കൽ ഇവിടെ വന്ന സോമർ സെറ്റ് മോം ഇരുന്ന കസേരയിലാണ് നിങ്ങളിരിക്കുന്നത്. അന്നും നിത്യകല്യാണി പൂത്തിരുന്നു. അതിന്റെ വാസനയിൽ മത്തു പിടിച്ച അദ്ദേഹം മടങ്ങിയത്, ആ സന്ദർശനത്തിന്റെ ഓർമ്മയ്ക്കായി നിത്യകല്യാണിയുടെ വാടിയ ഏതാനും ഇതളുകളുമായിട്ടായിരുന്നു."

പത്മനാഭൻ തമ്പി അറിയപ്പെടുന്ന ഒരു ചിത്രകലാ നിരൂപകനായിരുന്നു. അദ്ദേഹത്തിന്റെ പത്രാധിപത്യത്തിൽ കൽക്കത്തയിൽ നിന്ന് പ്രസിദ്ധീകരിച്ചിരുന്ന ചിത്രകലാ മാസിക ആധുനിക തലമുറക്കാരായ ചിത്രമെഴുത്തുകാരെ

പോൾ ഗോഗിൻ

ലാട്രക്

ചെവി മുറിച്ച് ദാനം ചെയ്ത ശേഷം വിൻസെന്റ് വാൻഗോഗ്

പ്രോത്സാഹിപ്പിക്കുന്നതിൽ സവിശേഷ ശുഷ്കാന്തി പ്രദർശിപ്പിച്ചിരുന്നു. രവീന്ദ്രനാഥ ടാഗോറും ജാമിനി റായിയും രാം കിങ്കറും കഴിഞ്ഞാൽ ഇന്ത്യയുടെ ചിത്രകലാഭൂപടം ശൂന്യമാണെന്ന് വിശ്വസിച്ചിരുന്ന ബംഗാളികൾക്കിടയിൽ ആധുനിക ചിത്രകലാരംഗത്തെ പ്രതീക്ഷകൾക്ക് ഇടം ഉണ്ടാക്കിക്കൊടുക്കാനായി തമ്പി കഠിനമായി പരിശ്രമിച്ചിരുന്നു. കൽക്കത്തയിൽ നിന്നുള്ള പ്രസിദ്ധീകരണം അതിനൊരു ഉദാഹരണമായി. ആ ചിത്രകലാ മാസികയുടെ പഴയ ലക്കങ്ങൾ

കാണാനും ഇന്ത്യക്കാരായ ചിത്രമെഴുത്തുകാരെപ്പറ്റി സംസാരിക്കാനുമായിരുന്നു വിശ്രുത നോവലിസ്റ്റായ മോം അവിടെ വന്നത്. ഓഫ് ഹ്യൂമൻ ബോണ്ടേജ് , റേസേഴ്സ് എഡ്ജ്, മൂൺ ആന്റ് സിക്സ് പെൻസ് എന്നീ ഒന്നാന്തരം കൃതികളിലൂടെ, ബ്രിട്ടീഷുകാരനായ ആ നോവലിസ്റ്റിനെ ഞാൻ നേരത്തേ അറിഞ്ഞിരുന്നു. മികച്ച പത്തു നോവലുകൾ എന്ന ഗ്രന്ഥത്തിനു പുറമേ അദ്ദേഹമെഴുതിയ 'എ റൈറ്റേഴ് നോട്ട്ബുക്ക്' എന്ന ആത്മകഥാപരമായ കൃതിയിൽ തിരുവനന്തപുരം സന്ദർശിച്ചപ്പോൾ ദിവാൻ സി.പി. രാമസ്വാമി അയ്യരുടെ ഔദ്യോഗിക വസതിയായ ഭക്തിവിലാസത്തിൽ തനിക്കുവേണ്ടി നടത്തിയ വീണക്കച്ചേരിയിൽ പങ്കെടുത്തത്, മഹാരാജാവായ ശ്രീചിത്തിര തിരുനാളിന്റെ മാതാവായിരുന്നു വീണ വായിച്ചത്, അദ്ദേഹം ഓർമ്മിച്ചിരുന്നു.

താഹിതി ദ്വീപുകാരനായി ജീവിക്കാൻ പാരീസിനോട് വിട പറയുമ്പോൾ പോൾ ഗോഗിൻ ഉപേക്ഷിച്ചത് ഓഹരിക്കച്ചടക്കാരനായി കൈവരിച്ച ഭദ്രമായ സാമ്പത്തിക ജീവിതവും അഞ്ചു കുട്ടികളുള്ള കുടുംബവുമായിരുന്നു. പ്രകൃത്യാതീത ശക്തികളുമായി സംവദിക്കുന്നവർക്കിടയിൽ ജീവിച്ച്, ചിത്രമെഴുത്തിന്റെ ആത്മീയതലങ്ങൾ തേടാനാണ് ആധുനിക ജീവിതത്തിൽ നിന്ന് സ്വയംമോചിതനായ താൻ പരിശ്രമിക്കുന്നതെന്ന് നാല്പത്തഞ്ചുകാരനായ ആ മദ്ധ്യവയസ്കൻ അവകാശപ്പെടുകയുണ്ടായി. അദ്ദേഹം വരച്ച ചിത്രങ്ങളിൽ ഒരെണ്ണമായ 'ദ സ്പിരിറ്റ് ഓഫ് ദ ഡെഡ് വാച്ചിംഗ്' അതിനൊരു ദൃഷ്ടാന്തമായി. മരണമടഞ്ഞവരുടെ ആത്മാവാണ് രാത്രികാലങ്ങളിൽ അന്തരീക്ഷത്തിൽ ദൃശ്യമാകുന്ന ധൂസര വെളിച്ചമെന്ന് പോളിനേഷ്യക്കാർ വിശ്വസിച്ചിരുന്നു. ആ വിശ്വാസത്തിൽ പ്രചോദിതനായാണ് പോൾ ഗോഗിൻ ആ ചിത്രം വരച്ചത്. വിവാദങ്ങൾ നിറഞ്ഞ ആ ജീവിതത്തിലെത്തിക്കുന്നതായിരുന്നു മോം എഴുതിയ 'മൂൺ ആന്റ് സിക്സ് പെൻസ്' എന്ന നോവൽ. ഫ്രഞ്ചുകാരനായ ചിത്രകാരന്മാരിലേക്കുള്ള എന്റെ വഴി തുറന്നതായിരുന്നു ആ കൃതി.

മോനേയും ദെഗാസും പിസ്സാറോയും സൂററ്റും റെൻവാറും കത്തിച്ച ദീപശിഖയിൽ നിന്ന് കൊളുത്തിയ ദീപത്തെ പ്രഭാപൂരമാക്കിയ ഇംപ്രഷണിസ്റ്റാനന്തര ഘട്ടത്തിലെ പ്രധാനികളായിരുന്നു ഗോഗിനു പുറമേ ലോട്രക്കും വാൻഗോഗും. കുള്ളനായ ലോട്രക്കിന്റെ ജീവിതം മോൺട്മാർട്ടിയിലെ (പാരീസ്) മുലാൻ റൂഷ് എന്ന നിശാക്ലബ്ബുമായി ബന്ധപ്പെട്ടിരുന്നു. പകലും

രാത്രിയും അവിടെ ചെലവിട്ട ലോട്രക്ക് തന്റെ ചിത്രങ്ങളിലൂടെ, ആ ക്ലബ്ബിലെ നിശാജീവിതത്തെ ചൈതന്യഭരിതമാക്കിയിരുന്ന നർത്തകിമാരുടെ ജീവിതങ്ങളെ അവിസ്മരണീയമാക്കി. മുലാൻ റൂഷ് എന്ന ശീർഷകത്തിലെഴുതപ്പെട്ട നോവൽ ലോട്രക്കിന്റെ ജീവിതം പ്രതിപാദിച്ചിരുന്നു. ആ പേരിൽ പ്രസിദ്ധ ഹോളിവുഡ് സംവിധായകനായ ജോൺ ഹ്യൂസ്റ്റൺ നിർമ്മിച്ച ചലച്ചിത്രത്തിന്റെ അന്ത്യരംഗം ഓർമ്മയായെങ്കിലും എനിക്കു മറക്കാനായിട്ടില്ല. മരണത്തിലേക്ക് യാത്ര പറയുന്ന ലോട്രക്കിന്റെ ഒരു സ്വപ്നമായിരുന്നു ആ രംഗത്തിലൂടെ ചിത്രീകരിച്ചത്. ലോട്രക്കിന്റെ ജീവിതവുമായി ബന്ധമുണ്ടായിരുന്നവർ, ഓരോരുത്തരായി നിശ്ശബ്ദം വന്ന് സുഖയാത്ര നേരുന്ന ആ അന്ത്യരംഗം ദുഃഖസാന്ദ്രമെന്ന പോലെ ഹൃദയഭേദകം കൂടിയായിരുന്നു. അദ്ദേഹത്തിന്റെ സ്നേഹിതനായിരുന്നു വിൻസന്റ് വാൻഗോഗ്. മുപ്പത്തിയേഴാമത്തെ വയസ്സിൽ മരണമടഞ്ഞ, ചെമ്പൻമുടിക്കാരനായ ആ ഡച്ചുകാരൻ ജീവിച്ചിരുന്നപ്പോൾ അനുഭവിച്ച ദുരിതങ്ങൾ, ദുഃഖങ്ങൾ, സങ്കല്പാതീതങ്ങളാണ്. ഇർവിങ് സ്റ്റോൺ എഴുതിയ ലസ്റ്റ് ഫോർ ലൈഫ് എന്ന നോവൽ വിൻസന്റിന്റെ ദുരന്തജീവിതത്തിന്റെ നേർക്കാഴ്ചയായിരുന്നു. നാല് വയസ്സിനിളപ്പമുണ്ടായിരുന്ന അനുജൻ തിയോ ഒഴികെ എല്ലാവരും അദ്ദേഹത്തെ നിരാകരിച്ചു. അതുണ്ടാക്കിയ മുറിവുകൾ, ക്ഷതങ്ങൾ, ആഘാതങ്ങൾ വിൻസന്റിനെ ഉന്മാദത്തിന്റെ നിലയില്ലാക്കയങ്ങളിലേക്ക് തള്ളിവീഴ്ത്തുകയുണ്ടായി.

പ്രതിഭാശാലികളെ തിരിച്ചറിയാനും കണ്ടെത്താനും അവർ ജീവിച്ചിരിക്കുന്ന 'കാലത്തിനു' പലപ്പോഴും കഴിയാറില്ല. വിൻസന്റിനോട് കാലത്തിന്റെ പെരുമാറ്റം ദയാരഹിതമായിരുന്നു. കുറച്ചു സ്നേഹത്തിനും അതു നൽകുന്ന ചൂടിനും വേണ്ടി ആ മനുഷ്യൻ എന്തെല്ലാം അനുഭവിച്ചു. ആർക്കും അത്തരം അനുഭവങ്ങൾ ഉണ്ടാകാൻ ഇടവരുത്തല്ലേയെന്ന് ആ ജീവിതം വായിക്കുന്ന ആരും മൗനമായി പ്രാർത്ഥിക്കും. അത്രമാത്രം ക്രൂരമായ അനുഭവങ്ങളായിരുന്നു അദ്ദേഹത്തിനുണ്ടായത്. ആ അനുഭവങ്ങൾ പ്രതിപാദിക്കുകയാണ് തുടർന്നുള്ള പേജുകളിൽ.....

എസ്. ജയചന്ദ്രൻനായർ

സ്വന്തം അസ്തിത്വം തേടുന്ന ചിത്രകാരൻ

1 ജ്വരബാധിതമായ ജീവിതം

"മടങ്ങിപ്പോകാൻ എന്നെ അനുവദിക്കൂ" വിവശനായ വിൻസന്റിന്റെ ശബ്ദം സങ്കടവും നിരാശയും കൊണ്ട് വിതുമ്പുന്നതായി ഫാദർ ഫ്രെഡ റിക് സാലിസിനു തോന്നി. അവിശ്വാസത്തോടെ അതു കേട്ടുനിന്ന അദ്ദേ ഹത്തോട് വിൻസന്റ് ആവർത്തിച്ചു: "ഒരു വീട്ടിൽ ഒറ്റയ്ക്ക് താമസി ക്കാനോ പരസഹായമില്ലാതെ യാത്ര ചെയ്യാനോ എനിക്ക് കഴിയില്ല." അതു പറഞ്ഞിട്ട് വിൻസന്റ് പെട്ടെന്ന് നിശ്ചലനായി. മൗനത്തിലേക്ക് പതിച്ച ആ മുപ്പത്തിയാറുകാരന്റെ മുഖം വികാരസാന്ദ്രമാകുന്നത് നോക്കി നിന്ന സാലീസിനെ അകാരണമായ ഭയം ഗ്രസിക്കുകയായിരുന്നു.

നിശ്ശബ്ദതയുടെ അകലം അവർക്കിടയിൽ വലുതായി. നിരന്തരമായി പ്രഹരങ്ങളേറ്റ് കീറിമുറിഞ്ഞിരുന്നെങ്കിലും അവയെ അതിജീവിക്കാൻ അസാധാരണമായ പ്രാപ്തി പ്രദർശിപ്പിച്ച ഒരാളായിരുന്നില്ല അപ്പോൾ വിൻസന്റ്. താൻ രോഗിയായിരിക്കുന്നുവെന്ന് ആ പ്രതിഭാശാലി തിരിച്ച റിഞ്ഞിരുന്നു. മടങ്ങി വരാൻ സാധിക്കാത്ത രോഗം. ചെമ്പൻ മുടിക്കാര നായ ഭ്രാന്തനെന്ന് തെമ്മാടിക്കുട്ടികൾ പരിഹസിച്ചിരുന്നത് വിൻസന്റ് ഒരിക്കലും മറന്നില്ല. എല്ലാവരും, സ്നേഹിതനെന്ന് കരുതിയിരുന്ന പോൾ ഗോഗിൻ ഉൾപ്പെടെയുള്ളവർ തന്നെ നിരാകരിക്കുക മാത്രമല്ല, എഴുതി ത്തള്ളുകയും ചെയ്തിരുന്നതായി വേദനയോടെ അദ്ദേഹം ഓർത്തു. "പഴ യതുപോലെയല്ല എന്റെ അവസ്ഥ, എന്നെ മടക്കിക്കൊണ്ടു പോകൂ."

ആശുപത്രി വാസത്തിനിടയിൽ വിൻസന്റ് സാധാരണ ജീവിതത്തി ലേക്ക് മടങ്ങി തുടങ്ങിയതായി സാലിസ് അറിഞ്ഞിരുന്നു. അതിന്റെ അടിസ്ഥാനത്തിൽ വ്യക്തിപരമായ നിലയിൽ ഡോക്ടർമാർക്ക് സാലിസ് ഉറപ്പു നൽകിയിരുന്നു. വിൻസന്റിനെ സ്വാതന്ത്ര്യത്തിലേക്ക് നയിക്കാൻ അദ്ദേഹത്തിന് അങ്ങനെ അനുമതി ലഭിച്ചു. 'മഞ്ഞവീട്ടിലേക്ക്' വീണ്ടും പോകാതെ വിൻസന്റിന് താമസിക്കാനായി രണ്ടു മുറികളുള്ള ഒരു വസതി സാലീസ് കണ്ടെത്തിയിരുന്നു. അത് ഏറ്റെടുത്തു വാടകക്കരാർ എഴുതാൻ

ഫെലിക്സ് റേ

ഫ്രെഡറിക് സാലിസ്

വേണ്ടിയായിരുന്നു വിൻസന്റുമായി അദ്ദേഹം യാത്ര തിരിച്ചത്. അതു നടന്നില്ല. വിൻസന്റ് ആവർത്തിച്ചു: "വയ്യ, മടങ്ങിപ്പോകാം."

ആകസ്മികമായാണ് വിൻസന്റിന്റെ അപസ്മാര ജീവിതത്തിൽ കാരുണ്യത്തിന്റെ നനവുമായി ഫാദർ സാലിസെത്തിയത്. റിഫോമിസ്റ്റ് പ്രൊട്ടസ്റ്റന്റ് ചർച്ചിലെ വൈദികനായ സാലിസ്, അദ്ദേഹം ഏർപ്പെട്ടിരുന്ന ജീവകാരുണ്യ പ്രവർത്തനങ്ങളുടെ ഭാഗമായി ആശുപത്രിയിലെത്തി വിൻസന്റിന്റെ പരിചരണച്ചുമതല ഏറ്റെടുത്തിരുന്നു. വളരെ വേഗം അവർ തമ്മിലുള്ള അടുപ്പം ഊഷ്മളമായി. സ്വയം വെറുക്കുകയും നിരാശയുടെ ആഴങ്ങളിൽ വീണ് ഉഴറുകയും ചെയ്തിരുന്നതിനിടയിൽ, ഫാദർ സാലിസ് തനിക്കു നേരെ നീട്ടിയ സ്നേഹോദാരതയുടെ കരങ്ങൾ ഗ്രസിച്ച വിൻസന്റിന് അതൊരു ഉയിർത്തെഴുന്നേല്പായി അനുഭവപ്പെട്ടു.

തകർന്നുടഞ്ഞ മനോനില

സാലിസിന്റെ പരിരക്ഷണയിലെത്തുന്നതിനു മുൻപ് ഡോക്ടർ ഫെലിക്സ് റേയായിരുന്നു വിൻസന്റിന് അഭയവും ആശ്രയവുമായത്. മെഡിക്കൽ ബിരുദത്തിനുള്ള പരിശീലനത്തിന്റെ ഭാഗമായി ആശുപത്രിയിൽ സേവനത്തിനെത്തിയ ആ ഇരുപത്തിമൂന്നുകാരന് മനോരോഗ ചികിത്സയുമായി ബന്ധമൊന്നുമില്ലായിരുന്നുവെങ്കിലും രോഗികളോട്

അനുതാപത്തോടെ പെരുമാറിയിരുന്ന അയാൾ, വിൻസന്റിനെ ചികിത്സി ച്ചിരുന്ന ഡോക്ടർമാരുടെ നിഗമനത്തോട് യോജിച്ചില്ല. ഉന്മാദത്തിന്റെയും അപസ്മാരത്തിന്റെയും അസിധാരയിലൂടെ നടക്കുകയായിരുന്ന വിൻസന്റിനെ രക്ഷിക്കുക ദുഷ്കരമാണെന്നായിരുന്നു അവർ അഭിപ്രാ യപ്പെട്ടത്. കാറ്റും വെളിച്ചവും കയറാത്ത ഒരു മുറിയിൽ ഇരുട്ടുമായി സഹ വസിക്കാൻ വിധിക്കപ്പെട്ടവനാണോ വിൻസന്റ്? തീക്ഷ്ണവികാരങ്ങളെ പ്രതിഫലിപ്പിക്കാൻ അതിനേക്കാൾ തീക്ഷ്ണമായ ചായങ്ങൾ ഉപയോ ഗിച്ച്, വിസ്മയങ്ങളുടെ പ്രപഞ്ചം നിർമ്മിക്കുന്നതിനിടയിലുണ്ടായ 'വൈകാരികമായ സമ്മർദ്ദ'മാണ് വിൻസന്റിന്റെ ജീവിതത്തിലെ താളം തെറ്റിച്ചതെന്നായിരുന്നു, മറ്റുള്ളവരിൽ നിന്നു വ്യത്യസ്തനായി നില കൊണ്ട ഫെലിക്സ് വിധിയെഴുതിയത്. സ്ത്രീകളുടെ ഗർഭാശയ രോഗ ങ്ങളെപ്പറ്റി ഗവേഷണപഠനങ്ങളിലേർപ്പെട്ടിരുന്ന ആ ഡോക്ടർക്ക് മനോ രോഗ ചികിത്സയെപ്പറ്റി യാതൊരറിവുമില്ലായിരുന്നു. കലയിലും സാഹിത്യ ത്തിലും കൗതുകമുണ്ടായിരുന്ന അയാൾക്ക് ശരാശരികൾക്കപ്പുറം കാണാനായതുകൊണ്ടു കൂടിയായിരുന്നു, വിൻസന്റിന്റെ മനോനിലയ്ക്കു ണ്ടായ അപഭ്രംശത്തെ ഉന്മാദമായി മുദ്രകുത്തിയ ഡോക്ടർ ഡെലോ ണിന്റെ നിരീക്ഷണത്തെ നിരാകരിക്കാൻ സാധിച്ചത്.

നീണ്ടകാലത്തെ കത്തിടപാടുകൾക്കും കൂടിക്കാഴ്ചകൾക്കുമൊടു വിൽ, ഇടയ്ക്കുവെച്ച് അകന്നുപോയിരുന്നുവെങ്കിലും വിവാഹത്തിനുള്ള സമ്മതം ജോ അറിയിച്ചതിനു പിന്നാലെയായിരുന്നു തിയോയെ മാന സികമായിത്തകർത്ത ടെലിഗ്രാം അർലിസിൽ നിന്നെത്തിയത്. ചിതറി പ്പിഞ്ചിത്തുടങ്ങിയിരുന്ന സ്വകാര്യ ജീവിതം ജോ എത്തുന്നതോടെ സന്തോഷഭരിതമാകുമെന്ന സ്വപ്നം ഉടച്ചുതകർക്കുന്നതായിരുന്നു, അതെ ങ്കിലും മുൻപും ഇത്തരം പ്രതിസന്ധികൾ അപ്രതീക്ഷിതമായി പൊട്ടി വീഴുകയും അവയെ അതിജീവിക്കുകയും ചെയ്തിരുന്ന അനുഭവങ്ങൾ പുതിയ സാഹചര്യങ്ങളെ അഭിമുഖീകരിക്കാൻ തിയോയെ പ്രാപ്ത നാക്കി. ഗുരുതരമായ നിലയിൽ ആശുപത്രിയിലാണെന്നല്ലാതെ വിൻസ ന്റിന്റെ രോഗനിലയെപ്പറ്റി ടെലഗ്രാമിൽ സൂചനയൊന്നുമുണ്ടായിരുന്നില്ല.

ദുരന്തമെത്തിയെന്ന ദുശ്ശങ്കയുമായി, പാരീസ് നഗരം മെഴുകുതിരി വെട്ട ത്തിൽ മുങ്ങിത്തുടങ്ങിയ ക്രിസ്തുമസ്സിന്റെ തലേരാത്രി നാന്നൂറ്റിയൻപതു മൈലുകൾ അകലെയുള്ള അർലിസിലേക്കുള്ള ട്രെയിനിൽ കയറിയ തിയോയ്ക്ക് ഒരേ ഒരു പ്രാർത്ഥനയേ ഉണ്ടായിരുന്നുള്ളൂ. വിൻസന്റിന്റെ രോഗം മൂലം ജോയുമായുള്ള വിവാഹബന്ധം മുടങ്ങരുതേയെന്നു മാത്ര മായിരുന്നു അപ്പോൾ അയാൾ പ്രാർത്ഥിച്ചത്. പുലർച്ചെയ്ക്ക് തിയോ അർലിസിലെത്തി. അന്ന് ക്രിസ്തുമസ്സായിരുന്നു. എല്ലാവരും പള്ളി യിൽ പ്രാർത്ഥനയ്ക്ക് പോയിരുന്നതിനാൽ, ഏതാനും രോഗികളല്ലാതെ,

ഏകാന്തപഥികൻ

ആശുപത്രി മിക്കവാറും വിജനമായിരുന്നു. ഒരു ഗുഹപോലെ, കന്മതിലുകൾകൊണ്ട് നിർമ്മിച്ച ആ ആശുപത്രിയിൽ പാർപ്പിച്ചിരുന്നത്, മനോരോഗം മൂലം ഉലഞ്ഞ മനസ്സുള്ളവരെയായിരുന്നു. 'ദൈവത്തിന്റെ ഗേഹം' (Hotel Dieu) എന്നർത്ഥം വരുന്ന ആശുപത്രിയിലെ നീണ്ട ഇടനാഴികളിലേയും വലിയ ഹാളുകളിലേയും ഭിത്തികളിൽ കുരിശുരൂപങ്ങൾ സ്ഥാപിച്ചിരുന്നു. മസ്‌ലിൻ തുണിയിലുള്ള തിരശ്ശീലകൾ കൊണ്ട് വേർതിരിച്ചിരുന്ന കിടക്കകൾ നിരത്തിയിട്ടിരുന്ന വാർഡുകളിൽ തിയോ തിരക്കിയെങ്കിലും വിൻസന്റിനെ കാണാനായില്ല.

കവിളിലൂടെ ചോര വാർന്നൊലിക്കുകയായിരുന്ന വിൻസന്റിനെ ആശുപത്രിയിൽ കൊണ്ടുവരുമ്പോൾ ബോധം നഷ്ടപ്പെട്ടിരുന്നു. ശബ്ദം നിരോധിക്കാനായി ഭിത്തികളിൽ പാഡുകൾ ഉറപ്പിച്ചിരുന്ന ഇരുട്ടുനിറഞ്ഞ ചെറിയ ഒരു മുറിയിൽ കൈയിലും കാലിലും ചങ്ങലകൾ ഘടിപ്പിച്ചായിരുന്നു വാർഡിൽ നിന്ന് വിൻസന്റിനെ കൊണ്ടുവന്നു കിടത്തിയത്. കുറച്ചു നേരത്തിനുശേഷം ശാന്തമായ വിൻസന്റിനെ വീണ്ടും വാർഡിലേക്ക് മാറ്റിയപ്പോഴായിരുന്നു തിയോ അവിടെയെത്തിയത്.

സഹോദരന്റെ ആഗമനം വിൻസന്റിനെ ആഹ്ലാദിപ്പിച്ചു. അന്ധകാരത്തിൽ നിന്ന് വെളിച്ചത്തിലേക്ക് മടങ്ങിവന്ന പ്രതീതി. അവരിരുവരും കുറേ

നേരം സംസാരിച്ചിരുന്നു. കുട്ടിക്കാലത്തെപ്പറ്റി, ഒരുമിച്ച് സ്വപ്നങ്ങൾ പങ്കിട്ടിരുന്ന ദിവസങ്ങളെപ്പറ്റി... കുശലങ്ങൾക്കിടയിൽ അടുത്തുവരുന്ന ജോയുമായുള്ള വിവാഹത്തെപ്പറ്റി തിയോ സൂചിപ്പിച്ചു. അപ്പോൾ "ജീവിതത്തിൽ ഒരേ ഒരു ലക്ഷ്യമായി ദാമ്പത്യത്തെ കാണരുതെന്ന്" വിൻസന്റ് ഉപദേശിച്ചത് പിന്നീട് തിയോ ഓർമ്മിക്കുകയുണ്ടായി. "സമചിത്തത വീണ്ടെടുക്കാൻ കഴിഞ്ഞതായ തോന്നലിലായിരുന്നുവെങ്കിലും പെട്ടെന്നായിരുന്നു വിൻസന്റ് വീണ്ടും 'പ്രേതപ്പിശാചുകളുടെ' പിടിയിലായത്. അതു കണ്ടിരിക്കാൻ സാധിക്കുമായിരുന്നില്ല. അസഹനീയമായ ആ കാഴ്ച വളരെയേറെ എന്നെ ക്ലേശിപ്പിച്ചു. ജോയ്ക്കെഴുതിയ കത്തിൽ തിയോ സൂചിപ്പിച്ചു.

ആശുപത്രിയിൽ ഏതാനും മണിക്കൂറുകൾ ചെലവിട്ട ശേഷം സന്ധ്യയോടെ, അപ്പോൾ ഏഴരമണിയായിരുന്നു, തിയോ പാരീസിലേക്കു മടങ്ങി. അതിനു മുൻപ് സീനിയർ ഡോക്ടർമാരുടെ അഭാവത്തിൽ, ജൂനിയറായ ഫെലിക്സ് റേയുമായി സംസാരിച്ചപ്പോൾ മറ്റുള്ളവർ വിശേഷിപ്പിച്ചതു പോലെ ഉന്മാദമല്ല, തീവ്രമായ വൈകാരിക സംഘർഷമാണ് വിൻസന്റിനെ കീഴ്പ്പെടുത്തിയതെന്നറിഞ്ഞ് തിയോ ആശ്വസിച്ചു. വിൻസന്റുമായി സംസാരിച്ചപ്പോൾ അതു തിരിച്ചറിയാനും കഴിഞ്ഞു. ഇടവിട്ട് ഇടവിട്ട് മൗനത്തിലേക്ക് പിന്മാറുകയും ആക്രമത്തിന്റെ വക്കിലേക്ക് വഴുതിവീഴുമെന്ന സൂചന നൽകുന്ന ചേഷ്ടകൾ പ്രദർശിപ്പിക്കുകയും ചെയ്യുന്നത് വിൻസന്റിന്റെ സ്വഭാവസവിശേഷതയായി മാറിയിരുന്നു. ഏതാണ്ട് അഞ്ചുകൊല്ലം ഈ അവസ്ഥ തുടർന്നു. അജ്ഞാതവും അദൃശ്യവുമായ ഏതോ ശക്തിയുടെ പിടിയിലായിരിക്കുകയാണെന്ന ഭയം വിൻസന്റിനെ വേട്ടയാടാൻ മറ്റൊരു കാരണവുമുണ്ടായിരുന്നു. മോപ്പസാങ്ങിന്റെ ഒരു കഥാപാത്രമായ ഹോർളയെപ്പോലൊരു പ്രേതസത്വം.

ഓർമ്മയുടെ ചോർച്ച

"ഞാനെന്തു പറഞ്ഞുവെന്നോ, എന്തു ചെയ്തുവെന്നോ എന്താണ് ആഗ്രഹിച്ചതെന്നോ ഓർമ്മിക്കുന്നില്ലെന്ന്" തിയോയ്ക്കെഴുതിയ കത്തിലൂടെ ആ ദിവസങ്ങൾ വിൻസന്റ് ഓർമ്മിച്ചു. മനസ്സുനിറയെ ഇരുട്ടായിരുന്നു. എവിടെയോ എടുത്തെറിയപ്പെട്ടതുപോലെ.

പുതപ്പെടുത്തു തലയിലൂടെയിട്ട് മൂടി പേടിച്ചുവിറച്ച് കിടയ്ക്കരികിൽ വിൻസന്റ് ഇരിക്കുന്നതു കണ്ടത് പിന്നീട് ആശുപത്രിയിലെ ഒരു ജീവനക്കാരൻ ഓർമ്മിച്ചു. ആരോടും സംസാരിക്കാതെ വിതുമ്പുകയും ഒച്ചയില്ലാതെ കരയുകയും ഭക്ഷണം കഴിക്കാതെ ചോദ്യങ്ങൾക്കു മുൻപിൽ ശൂന്യമായ നോട്ടവുമായിരിക്കുന്ന വിൻസന്റ്. അന്ധകാരത്തിൽ വഴുതി

വീഴുമ്പോൾ അരൂപികളായ പ്രേതങ്ങൾ പിന്തുടർന്ന് പീഡിപ്പിക്കുന്നു. ദയനീയമായി തകർന്ന ഒരു മനുഷ്യൻ. സങ്കടത്തിന്റെ ആഴക്കടലിൽ വീണ് തകരാൻ വിധിക്കപ്പെട്ട നിസ്സഹായൻ. ഓർമ്മകൾ തിരമാലകൾപോലെ വിൻസന്റിനെ ആക്രമിക്കുകയും വേദനിപ്പിക്കുകയും ചെയ്തുകൊണ്ടിരുന്നു. "വിഷാദമെന്ന കയ്പുനീർ കുടിക്കാനാണോ ഈ ഭൂമിയിലെത്തിയത്? ഉറക്കത്തെ കീറിമുറിച്ചിരുന്ന പേടിസ്വപ്നങ്ങളെ നേരിടാനാവാതെ ഒച്ചയില്ലാതെ കരയാൻ മാത്രമേ എനിക്ക് സാധിക്കുമായിരുന്നുള്ളൂ." ഭ്രാന്തന്മാരായ മറ്റു രോഗികളോടൊപ്പം കിടക്കയിൽ കയറിനിന്ന്, ശുശ്രൂഷിക്കാനെത്തുന്ന നഴ്സുമാരെ ആട്ടിയോടിക്കുന്നതു പതിവായപ്പോഴാണ് പ്രത്യേക സംരക്ഷണം ആവശ്യപ്പെടുന്ന രോഗമാണിതെന്നും മാഴ്സെയിലുള്ള മനോരോഗാശുപത്രിയിലേക്ക് വിൻസന്റിനെ പ്രവേശിപ്പിക്കുകയാണ് ഉചിതമെന്നും ഡോക്ടർമാർ നിർദ്ദേശിക്കുന്നത്. അപ്പോഴാണ് ഡോക്ടർ ഫെലിക്സ് റേ രക്ഷകനായെത്തിയത്. ആദ്യമൊക്കെ ചികിത്സിക്കാൻ അയാൾ നടത്തിയ ശ്രമങ്ങളോട് വിൻസന്റ് സഹകരിച്ചിരുന്നില്ല. "നിങ്ങളെ കാണാൻ പോലും ഞാനാഗ്രഹിക്കുന്നില്ല" ഫെലിക്സിനെ നോക്കി വിൻസന്റ് വിളിച്ചുപറയുമായിരുന്നു. അപ്പോഴും വിൻസന്റിനെ ഭ്രാന്തനായി മുദ്ര കുത്താൻ അയാൾ മുതിർന്നില്ല. പ്രസിദ്ധമായ ഫ്രഞ്ചു നോവലിസ്റ്റായ ഫ്ളാബേർ വിശേഷിപ്പിച്ചിട്ടുള്ളതുപോലെ, 'ഓർമ്മകളുടെ ചോർച്ച'യാണ് വിൻസന്റിനുണ്ടായിരിക്കുന്നതെന്നു പറഞ്ഞ് യുവാവായ ആ ഡോക്ടർ സ്വയം സമാശ്വസിച്ചു.

കൊയ്ത്തിനിടയിൽ

പതുക്കെയെങ്കിലും വിൻസന്റ് ശാന്തനായി. അപ്പോൾ സ്നേഹിതരോ അയൽക്കാരോ സഹായിക്കാനില്ലാത്ത അവസ്ഥ. കുറച്ചു നാളുകൾക്കുള്ളിൽ ആശുപത്രി വിടാനുള്ള അവസരമെത്തുമെന്ന ആലോചനയിൽ എന്തുചെയ്യണമെന്ന് നിശ്ചയമില്ലാതെ കഴിയുമ്പോഴാണ് വിൻസന്റിനെ പരിചരിക്കാനായി പോസ്റ്റുമാനായ റൂലൻ തയ്യാറായത്, തികച്ചും അപ്രതീക്ഷിതമായിരുന്നു. അർലിസിലെ പരിചയക്കാരിൽ റൂലൻ മാത്രമായിരുന്നു, വിൻസന്റിന്റെ സ്വഭാവ പ്രത്യേകതകൾ തിരിച്ചറിഞ്ഞ് അനുഭാവം പ്രദർശിപ്പിച്ചിരുന്നത്. അതിനുള്ള പ്രത്യുപകാരമായി പോസ്റ്റുമാന്റെ ഔദ്യോഗിക വേഷമണിഞ്ഞ റൂലന്റെ ഒരു പോർട്രെയിറ്റ് വിൻസന്റ് വരച്ചിരുന്നു.

തിയോയുടെ ആവശ്യപ്രകാരം, ഡോക്ടർമാരെ സന്ദർശിച്ച് വിൻസന്റിനെ തന്റെ സംരക്ഷണയിൽ വിട്ടുതരണമെന്ന് റൂലൻ അഭ്യർത്ഥിച്ചു. എന്നാൽ, അതു ചെവികൊള്ളാൻ ഡോക്ടർമാർ തയ്യാറായില്ലെന്നു മാത്രമല്ല, മനോരോഗ ചികിത്സാകേന്ദ്രമാണ് വിൻസന്റിന്റെ ആശ്രയവും അഭയവുമെന്ന നിലപാടിൽ അവർ ഉറച്ചുനിൽക്കുകയാണുണ്ടായത്. അതിന് അവർക്ക് കാരണങ്ങളുണ്ടായിരുന്നു. സാധാരണ നിലയിലെത്തിയെന്ന തോന്നലുണ്ടാക്കുന്നതോടൊപ്പം പൊടുന്നനെ അക്രമവാസന പ്രദർശിപ്പിക്കുന്നത് വിൻസന്റിന്റെ സ്വഭാവത്തിലെ ഭാഗമായിരിക്കുകയാണെന്ന നിഗമനത്തിലായിരുന്നു അവർ. അതിന്റെ സ്വാധീനം പിന്നീട് ഫെലിക്സ്റേയുടെ നിലപാടിലും പ്രതിഫലിക്കുകയുണ്ടായി. “പാരീസിനടുത്തുള്ള മനോരോഗാശുപത്രിയിൽ വിൻസന്റിനെ പ്രവേശിപ്പിച്ച് ചികിത്സിപ്പിക്കാനുള്ള ധനശേഷി ഉണ്ടോയെന്ന്” തിയോയോട് കത്തിലൂടെ ആരായാൻ അയാളെ പ്രേരിപ്പിച്ചതിന്റെ കാരണം അതായിരുന്നു.

മരണത്തിലേക്ക് സഹോദരൻ വഴുതിപ്പോവുകയാണോയെന്ന ഉൽക്കണ്ഠ അറിയിച്ചതിനോടൊപ്പം അത്തരമൊരു ആപത്തുണ്ടായാൽ ഭാവിയിൽ അവലംബിക്കേണ്ട നടപടികളെപ്പറ്റി ആലോചിക്കേണ്ടതായിട്ടുണ്ടെന്ന് തിയോയെഴുതിയ കത്തിനു മറുപടിയായി, അത്തരം ചിന്തകൾ ഉപേക്ഷിക്കാൻ ജോ ഉപദേശിക്കുകയുണ്ടായി. വിവാഹദിവസം വന്നതോടെ തിയോ കൂടുതൽ പരിഭ്രമത്തിലായി, ആപത്തിന്റെ മുനയിലാണെന്ന ചിന്ത തിയോയെ ഊണിലും ഉറക്കത്തിലും വിടാതെ പിടികൂടിയിരുന്നെന്ന് ആ കാലത്ത് ജോയ്ക്കെഴുതിയ കത്തുകൾ സൂചിപ്പിക്കുന്നു. എന്നാൽ തിയോയുടെ ദുശ്ശങ്കകളോട് ജോ വിയോജിച്ചു. വിൻസന്റിന്റെ ജീവൻ അപകടത്തിലാണെന്നത് തോന്നൽ മാത്രമാണെന്നും ഇപ്പോഴുണ്ടായിരിക്കുന്ന അവസ്ഥയെ അദ്ദേഹം അതിജീവിക്കുമെന്നും അവർ വിശ്വസിച്ചു. തിയോയെ അതു പറഞ്ഞു സമാശ്വസിപ്പിക്കുന്നത് ജോയുടെ പതിവായി. ഈ ചുറ്റുപാടുകളിലാണ് വിൻസന്റിന്റെ പരിരക്ഷണം ഏറ്റെടുക്കാനുള്ള സന്നദ്ധത റൂലൻ അറിയിച്ചത്. അപ്രതീക്ഷിതമായിരുന്നെങ്കിലും തിയോയെ അത് ആശ്വസിപ്പിക്കുകയുണ്ടായി. പക്ഷേ, അത് അധികദിവസം നീണ്ടില്ല.

മരത്തണൽ

റൂലൻ എഴുതിയ കത്തിൽ ഇങ്ങനെ പറഞ്ഞിരുന്നു. "താങ്കളുടെ സഹോദരന്റെ ആരോഗ്യനില മെച്ചപ്പെട്ട സന്തോഷകരമായ വിവരം അറിയിക്കണമെന്ന വിചാരിക്കുമ്പോഴാണ് അതിനു സാധിക്കാതെ വന്നിരിക്കുന്നത്. ഒരു ദിവസം പൊടുന്നനെ വിൻസന്റിന്റെ ആരോഗ്യനില മെച്ചപ്പെടും. തൊട്ടടുത്ത ദിവസം മരണത്തിന്റെ വക്കിലെത്തും വിധം ആപൽക്കരമാകും. ഈ സാഹചര്യത്തിൽ ഒരു മനോരോഗാശുപത്രിയിൽ വിൻസന്റിനെ പ്രവേശിപ്പിക്കേണ്ടത് അനിവാര്യമായിരിക്കുകയാണ്." റൂലന്റെ അറിയിപ്പ് തിയോയെ പരവശനാക്കി.

ആ സാഹചര്യത്തിൽ എന്തുചെയ്യണമെന്ന് നിശ്ചയിക്കാനാവാതെ ഉരുകുന്നതിനിടയിലായിരുന്നു വൈദികനായ ഫ്രെഡറിക് സാലിസിനെ സമീപിക്കാൻ തിയോ മുൻകൈയെടുക്കുന്നത്. വിൻസന്റിനെ ചികിത്സിക്കുന്ന ആശുപത്രി സന്ദർശിച്ച് രോഗികൾക്ക് ആശ്വാസം പകരുന്ന പ്രവർത്തനത്തിന്റെ ഭാഗമായി തന്റെ ജ്യേഷ്ഠനെ സഹായിക്കണമെന്ന് തിയോ അപേക്ഷിച്ചു. അതിനു മറുപടിയായി ശാരീരികമായ അവശതകൾ പരിഹരിച്ച് താങ്കളുടെ സഹോദരനെ സാധാരണ നിലയിലെത്തിക്കാൻ തന്നാലാവുന്ന സഹായങ്ങളെല്ലാം ചെയ്യാമെന്ന് നാല്പത്തേഴുകാരനായ

ആ വൈദികൻ ഉറപ്പു നൽകി. റൂലന്റെ ആപൽസൂചനകൾക്കിടയിൽ സാലിസിന്റെ ഉറപ്പ് കാറ്റും മഴയും നിറഞ്ഞ അന്ധകാരത്തിനിടയിൽ അണ യാതെ കത്തിനിൽക്കുന്ന ദീപം പോലെയാണ് തിയോയ്ക്ക് അനുഭവ പ്പെട്ടത്. ഉന്മാദത്തിലേക്ക് വഴുതിവീണ വിൻസന്റിനെ മടക്കിക്കൊണ്ടു വരാ മെന്ന നേർത്ത പ്രതീക്ഷ സാലിസിന്റെ നിലപാടിലൂടെ തിയോയ്ക്കു ണ്ടായി. എങ്കിലും ഏതു നിമിഷവും അതു കൈവിട്ടുപോകാവുന്നതേയു ള്ളൂവെന്ന ചിന്ത തിയോയെ ഭയപ്പെടുത്തിയിരുന്നു. "അടുത്തായാലും ദൂരെയായാലും വിൻസന്റിന്റെ സാന്നിദ്ധ്യം എനിക്കാവശ്യമാണ്. സഹോ ദരനെന്നപോലെ എന്റെ ഉപദേഷ്ടാവ് കൂടിയാണ് വിൻസന്റ്." "ദുശ്ചിന്ത കൾ ഉപേക്ഷിക്കൂ" എന്നുപറഞ്ഞ് ജോ ആശ്വസിക്കുമായിരുന്നു. എന്നാൽ, വിൻസന്റിന്റെ അമ്മയുടേയും സഹോദരിമാരുടെയും നിലപാടുകൾ ജോയുടെ അഭിപ്രായത്തെ പിൻപറ്റുന്നതായിരുന്നില്ല. "അവനൊരു ഭ്രാന്ത നാണെന്ന് എന്നും എനിക്ക് തോന്നിയിരുന്നതായി" അമ്മ അന്ന തിയോ ഡറസ് എഴുതിയത് തിയോ ഓർമ്മിച്ചു. "ഇപ്പോഴത്തെ അവന്റെ യാതന കളും നാം നേരിടുന്ന ക്ലേശങ്ങളും അതിൽ നിന്നുണ്ടായതാണ്." അതി നോട് യോജിച്ചില്ലെങ്കിലും പൂർണ്ണസുഖം വീണ്ടെടുക്കാൻ വിൻസന്റിനാ വില്ലെന്ന് തിയോയും കരുതി. "വിൻസന്റിന്റെ യാതന നീണ്ടുപോകരു തേയെന്നാണ് എന്റെ പ്രാർത്ഥന."

ഈ പ്രതിസന്ധിക്കിടയിൽ അർലിസിലെ ആശുപത്രിയിൽ നിന്ന് പ്രതീക്ഷ നൽകുന്ന വിവരങ്ങളെത്തിത്തുടങ്ങിയത് അപ്രതീക്ഷിതമായി രുന്നു. വൈദികനായ സാലിസായിരുന്നു അതിനു നിമിത്തമായത്. അത്യാ ഹിതം അനിവാര്യമാണെന്ന റൂലന്റെ മുന്നറിയിപ്പുകളെ അപ്രസക്ത മാക്കിക്കൊണ്ട് പ്രതീക്ഷിച്ചതിലും വേഗം വിൻസന്റിന്റെ ആരോഗ്യം മെച്ച പ്പെട്ടിരിക്കുകയാണെന്ന് സാലീസ് തിയോയെ അറിയിച്ചു. ഒപ്പം ഫെലിക്സും അറിയിച്ചു: "എല്ലാം കലങ്ങിമറിഞ്ഞ് വൃത്തിയായിരി ക്കുന്നു." അയാൾ തുടർന്നെഴുതി: "വസന്തകാലം ആഗതമാകുന്നതോടെ വിൻസന്റിനു പുറത്തിറങ്ങി ചിത്രരചനയിൽ മുഴുകാനാവും. അങ്ങനെ പ്രകൃതിയുമായുള്ള സംവേദനം പുനഃസ്ഥാപിക്കാൻ അദ്ദേഹത്തിനാകു ന്നതോടെ പഴയതെല്ലാം വെറും ഓർമ്മയാവും. എല്ലാം മായ്ക്കുന്ന പ്രകൃതിയുടെ ദിവ്യശക്തി വിൻസന്റിനെ കാത്തുരക്ഷിക്കും." തിയോയ്ക്ക് മനശ്ശക്തി നൽകുന്നതായിരുന്നു ആ കത്തുകൾ. അത് പകർന്നു നൽകിയ പ്രത്യാശയുമായി ജോയെ കാണുന്നതിനായി ആംസ്റ്റർഡാമിലേക്ക് തിയോ തിരിക്കുന്നതിന്റെ തലേന്ന്, ജനുവരി ആറാം തീയതി ആശുപ ത്രിയിൽ നിന്ന് വിൻസന്റ് മഞ്ഞവീട്ടിൽ മടങ്ങിയെത്തി.

"സുഖം പ്രാപിച്ച വിൻസന്റിന്റെ കാര്യത്തിൽ എന്റെ ഹിതംപോലെ പ്രവർത്തിക്കാമെന്ന് ഡോക്ടർമാർ എന്നെ അറിയിച്ചു"വെന്നു സാലീസ് എഴുതിയെങ്കിലും ആശുപത്രി വിടാനായതിന്റെ പിന്നിൽ വിൻസന്റിന്റെ ബോധപൂർവ്വമായ ശ്രമങ്ങളായിരുന്നു നിർണ്ണായകമായതെന്ന് ആരും

അറിഞ്ഞിരുന്നില്ല. "പ്രിയപ്പെട്ട തിയോ" എന്ന് അഭിസംബോധന ചെയ്തു കൊണ്ട് വിൻസന്റ് ഇങ്ങനെ എഴുതി: "എന്റെ കാര്യത്തിലുള്ള ആശങ്ക കൾ ദുരീകരിക്കാനാണ് ഞാനെഴുതുന്നത്. എന്റെ അവസ്ഥയിൽ വേവ ലാതി വേണ്ട. നീ വിഷമിക്കുകയാണെന്ന് അറിയുന്നത് എന്നെ അസ്വ സ്ഥനാക്കുന്നതാണ്. രണ്ടുമൂന്നു ദിവസത്തിനുള്ളിൽ ആശുപത്രി വിടാ നാവും." അങ്ങനെ എഴുതുമ്പോൾ തന്റെ നിലപാടുകൾക്ക് ഡോക്ടർമാ രുടെ പിന്തുണ ആർജ്ജിക്കുന്നതിൽ പ്രധാനമായി വിൻസന്റ് കണ്ടത് ഡോക്ടർ ഫെലിക്സ് റേയുമായുള്ള ചങ്ങാത്തമായിരുന്നു. ആശുപത്രി അങ്കണത്തിലും ആശുപത്രിക്കു പുറത്തും ഫെലിക്സുമായി ഉലാത്തു ന്നത് വിൻസന്റ് പതിവാക്കി. ആ നടത്തയ്ക്കിടയിൽ ചിത്രരചനയിലുള്ള തന്റെ മോഹങ്ങളേയും ചായക്കൂട്ടുകളുടെ ഇന്ദ്രജാലത്തേയും പറ്റി വിൻസന്റ് വാചാലനാകുമായിരുന്നു. റെം ബ്രാന്റിന്റെ അനുകരണീയ മായ ചിത്രരചനാശൈലിയെപ്പറ്റി ഓർമ്മിപ്പിക്കുമായിരുന്ന വിൻസന്റ് ഭിഷഗ്വരന്മാരും കലാകാരന്മാരും പങ്കുവെയ്ക്കുന്ന ഉന്നതമൂല്യങ്ങളെപ്പറ്റി സംസാരിച്ചു. "ഒരു ഡോക്ടറാവാൻ സാധിക്കാത്തതിലുള്ള സങ്കടം ഞാൻ ഫെലിക്സിനോട് പറഞ്ഞിരുന്നു." ചിത്രരചനയിലുള്ള തന്റെ ആഗ്രഹ ങ്ങളെപ്പറ്റി ഫെലിക്സ് മനസ്സു തുറന്നു. അപ്പോൾ ചിത്രമെഴുത്തുകാര നാവാൻ യത്നിക്കാതെ ചിത്രരചനകളുടെ ഒരു സൂക്ഷിപ്പുകാരനാവാൻ ഉപദേശിച്ച വിൻസന്റ് അതിന് തിയോയുടെ സഹകരണം തേടാമെന്ന് അയാളെ അറിയിച്ചു. ഡോക്ടർമാരിൽ ഒരാൾ പ്രസിദ്ധ പെയിന്ററായ ഡെലക്രോയിയുമായി പരിചയമുണ്ടായിരുന്ന ഒരു പാരീസുകാരനായി രുന്നു. അയാൾ ഉൾപ്പെടെ ഏതാനും ഡോക്ടർമാരെ മഞ്ഞ വീട്ടിലേക്ക്

ഖനിതൊഴിലാളികൾ

ക്ഷണിച്ച് പെയിന്റിംഗുകൾ കാണിച്ചുകൊടുത്തു. അപ്പോഴാണ് ഫെലിക്സ് റേയുടെ പോർട്രെയിറ്റ് വരച്ചത്. ഈ വിധം മാനസികമായി ശാന്തത വീണ്ടെടുത്തതായി ഡോക്ടർമാരെ ബോദ്ധ്യപ്പെടുത്തുന്നതിൽ താൻ വിജയിച്ചുവെന്ന വിൻസന്റിന്റെ കണക്കുകൂട്ടൽ ഫെലിക്സും പങ്കുവെച്ചു. "വിൻസന്റിനുണ്ടായ തീവ്രമായ വൈകാരിക സമ്മർദ്ദം താൽക്കാലികമായിട്ടുള്ളതായിരുന്നു. അധികം വൈകാതെ അദ്ദേഹത്തിന്റെ അവസ്ഥ പഴയതുപോലെയാകും." റൂലനോടൊപ്പം മഞ്ഞ വീട്ടിൽ കുറേനേരം ചെലവിടാൻ വിൻസന്റിനെ അനുവദിക്കാൻ കാരണം അതു ശരിയാണോയെന്നറിയാനായിരുന്നു. ആ വീട് രൂത്തു വൃത്തിയാക്കാൻ, പതിവായി വരാറുള്ള വേലക്കാരിയോടെ ഫെലിക്സ് അപ്പോൾ നിർദ്ദേശിച്ചു.

ആശുപത്രി വിടാനായതിലുള്ള സന്തോഷം ഒരു കത്തിലൂടെ തിയോയുമായി വിൻസന്റ് പങ്കിട്ടു. "എന്റെ പ്രിയപ്പെട്ട കുട്ടീ" എന്ന് സംബോധന ചെയ്തുകൊണ്ടെഴുതിയ ആ കത്തിൽ, അവശനായി ആശുപത്രിയിലാണെന്നറിഞ്ഞ ഉടൻ ഓടിയെത്തിയതിൽ നന്ദി രേഖപ്പെടുത്തിയതിനോടൊപ്പം, ആ വിധത്തിൽ ശല്യപ്പെടുത്തിയതിൽ അനുജനോട് അദ്ദേഹം ക്ഷമ ചോദിക്കുകയുണ്ടായി. ആ കത്തിൽ പോൾ ഗോഗിനുമായി ചെലവിട്ട ദിവസങ്ങൾ വിൻസന്റ് അനുസ്മരിച്ചു. "നല്ലവനായ ആ സ്നേഹിതനെ അലോസരപ്പെടുത്തിയതിൽ എനിക്കിപ്പോൾ പശ്ചാത്താപമുണ്ട്" അദ്ദേഹമെഴുതി. മഞ്ഞ വീട്ടിൽ ഉപേക്ഷിച്ച സാധനങ്ങൾ ഗോഗിനിലെത്തിക്കാൻ അപ്പോൾ വിൻസന്റ് ഏർപ്പാടുണ്ടാക്കി. "സൂര്യകാന്തിപ്പൂക്കളുടെ ചിത്രകാരൻ" എന്ന് ഗോഗിൻ തന്നെ കളിയാക്കിയിരുന്നതായി വിൻസന്റ് ഓർമ്മിച്ചു. സൂര്യകാന്തിപ്പൂക്കളുടെ രണ്ടു ചിത്രങ്ങൾ ഗോഗിൻ കൊണ്ടുപോയിരുന്നതിനാൽ, അതിനു പകരം സൂര്യകാന്തിപ്പൂക്കളുടെ ഏതാനും ചിത്രങ്ങൾ കൂടി വരയ്ക്കാൻ വിൻസന്റ് തീരുമാനിച്ചു. (സൂര്യകാന്തിപ്പൂക്കളുടെ പതിനൊന്ന് ചിത്രങ്ങൾ അദ്ദേഹം വരയ്ക്കുകയുണ്ടായി) ആ ഇടവേളയിലാണ് തന്റെ രണ്ടു പോർട്രെയിറ്റുകൾ, അതിലൊന്ന് മുറിച്ചുകളഞ്ഞ ചെവിയുടെ ഭാഗത്തെ ബാൻഡേജുകൾ കാണും വിധത്തിലുള്ളതായിരുന്നു) വിൻസന്റ് വരച്ചത്. സ്നേഹസൂചനയായി വിൻസന്റ് സൂര്യകാന്തിപ്പൂക്കൾ വരയ്ക്കുന്ന ഒരു ചിത്രം ഗോഗിൻ വരച്ചിരുന്നു.

സാധാരണനില കൈവരിച്ച് ചിത്രരചനയിൽ മുഴുകിക്കഴിഞ്ഞ സ്ഥിതിക്ക് മഞ്ഞ വീട്ടിലേക്ക് വിൻസന്റ് മടങ്ങുന്നത് നിരുത്സാഹപ്പെടുത്താൻ തിയോ ശ്രമിച്ചില്ല. ജോയുമായുള്ള ദാമ്പത്യജീവിതം തുടങ്ങുന്നതിന്റെ മുന്നോടിയായി നീണ്ട അന്വേഷണത്തിനൊടുവിൽ നല്ലൊരു വീട് കണ്ടെത്താനായതിലുള്ള ആഹ്ലാദത്തിലായിരുന്നു തിയോ. "ഗാലറിയിൽ നിന്ന് അത്താഴത്തിന് നടന്നുവരാൻ മാത്രം ദൂരമുള്ളതാണ് വീട്. അതിനു മുൻപിൽ നല്ലൊരു പൂന്തോട്ടം നിറയെ പൂമരങ്ങൾ." ജോയെ തിയോ അറിയിച്ചു.

വിട്ടൊഴിയാത്ത ദുരനുഭവങ്ങൾ

എന്നാൽ ആ ആഹ്ലാദത്തെ മേഘാവൃതമാക്കുന്ന മറ്റു ചില സംഭവങ്ങളായിരുന്നു മഞ്ഞ വീട്ടിൽ അരങ്ങേറിയത്. ഒരു സംഘം പൊലീസുകാർ അവിടെ വന്നു വിൻസന്റിനെ പിടിച്ചുകൊണ്ടുപോയി. ആശുപത്രിയിലെ ഏകാന്തവാസക്കാർക്കുള്ള സെല്ലിലെ കിടക്കയിൽ ചങ്ങലയിൽ ബന്ധിച്ചു. വീട് വൃത്തിയാക്കാനെത്തിയ വേലക്കാരിയിൽ നിന്നാണ് ഈ ദുഃഖവിവരം സാലിസറിയുന്നത്. എല്ലാവരിലും നിന്നകന്നുമാറി, സഹായിക്കാനെത്തുന്നവരെ ആട്ടിയകറ്റിക്കൊണ്ട് കട്ടിലിന്റെ വക്കിലിരിക്കുകയായിരുന്ന വിൻസന്റിനെ ചെന്നുകണ്ട വിവരം തിയോയെ അറിയിച്ച ആ വൈദികൻ ഇങ്ങനെയെഴുതി: "താങ്കളുടെ സഹോദരനെ കണ്ട ശേഷമാണ് ഞാനിതെഴുന്നത്. അതീവ വേദനാജനകമായ അവസ്ഥയിൽപ്പെട്ടിരിക്കുകയാണ് അദ്ദേഹം."

ആശുപത്രിയിൽ നിന്ന് മഞ്ഞ വീട്ടിലെത്തി പഴയ രീതിയിൽ ജീവിതത്തെ ക്രമീകരിക്കാൻ ശ്രമിക്കുമ്പോഴായിരുന്നു സാമ്പത്തിക പ്രശ്നങ്ങൾ വിൻസന്റിനെ ശല്യപ്പെടുത്താൻ തുടങ്ങിയത്. എല്ലാ മാസവും കൃത്യമായ ഒരു തുകയ്ക്ക്, നൂറ്റി അൻപതു ഫ്രാങ്കിൽനിന്നു അതു കൂടാറില്ലായിരുന്നു പുറമെ ചായങ്ങളും ക്യാൻവാസും തിയോ അയച്ചുകൊടുത്തിരുന്നു. ആശുപത്രിച്ചെലവ് കണക്കുകൂട്ടലുകളെ തെറ്റിച്ചതിനു പുറമെ,

കടൽത്തീരം

വാടകക്കുടിശ്ശികയ്ക്ക് വീടൊഴിയാൻ വീട്ടുടമ നൽകിയ നോട്ടീസ് സ്ഥിതി ഗതികളെ കൂടുതൽ മോശമാക്കുമെന്ന ഭയം വിൻസന്റിനെ അസ്വസ്ഥ നാക്കി. അപ്പോഴാണ് ചെലവു സംബന്ധിച്ച കണക്ക് തിയോ ആവശ്യ പ്പെട്ടത്. എന്തുചെയ്യും? തന്റെ മുൻപിൽ വഴികളൊന്നുമില്ലെന്ന് തിരിച്ച റിഞ്ഞ വിൻസന്റ് എഴുതി? "ഞാൻ വരച്ച ചിത്രങ്ങളൊന്നും ഒന്നിനും കൊള്ളാത്തതാണെന്ന് എനിക്കറിയാം. ചോര കൊടുത്താണ് അവ ഞാൻ വരച്ചത്. ഞാനൊന്നും എഴുതുന്നില്ല. ചിത്രങ്ങളുടെ കാര്യത്തിൽ നിന്റെ ഹിതം പോലെ തീരുമാനിക്കൂ." എങ്കിലും ചെലവിന്റെ കണക്ക് അയച്ചു കൊടുക്കാൻ വിൻസന്റ് തയ്യാറായില്ല. "കഠിനമായി ജോലി ചെയ്യുക മാത്രമാണ് എനിക്കു ചെയ്യാനുള്ളത്. ചെലവ് കൂടിക്കൊണ്ടിരിക്കുന്നു. കൂടുതൽ പണം വേണം. എന്റെ സൂര്യകാന്തിപ്പൂക്കൾ, എന്നെങ്കിലുമൊരു ദിവസം മോണ്ടി സെല്ലിയുടെ ചിത്രങ്ങൾപോലെ വലിയ വില നേടി ത്തരുമെന്ന് എനിക്ക് നല്ല നിശ്ചയമുണ്ട്. ഏതിനും എല്ലാ ഊർജ്ജവും സമാഹരിച്ച് ഞാൻ ജോലി ചെയ്യാം. ഉന്മാദിയായി വീഴുന്നില്ലെങ്കിൽ മുൻപ് ഉറപ്പ് പറഞ്ഞിരുന്നതുപോലെ കൂടുതൽ ചിത്രങ്ങൾ അയച്ചു തരാം. അതു നടന്നില്ലെങ്കിൽ നിനക്ക് ഒരു കാര്യം ചെയ്യാവുന്നതാണ്. ഏതെങ്കിലും ഒരു ഭ്രാന്താലയത്തിൽ എന്നെ അടച്ചിടുക. ഞാനതിനെ എതിർക്കില്ല."

കഴിഞ്ഞ മാസങ്ങളെക്കാൾ ജനുവരി ക്രൂരമായിരുന്നു. പോൾ ഗോഗി നുമായി, മുറിഞ്ഞുപോയ സൗഹൃദം പുനഃസ്ഥാപിക്കാൻ വിൻസന്റിനു സാധിച്ചില്ല. അതിനു കാരണക്കാരൻ ഗോഗിനാണെന്ന് അദ്ദേഹത്തിനറി യാമായിരുന്നു. സ്നേഹിതരെന്ന് കരുതിയിരുന്നവർ ഓരോരുത്തരായി തന്നെ കൈവിടുകയാണെന്ന വിഷാദത്തിൽ വിൻസന്റ് നീറിപ്പുകഞ്ഞു. എപ്പോഴും സഹായവുമായി ഓടിയെത്താറുണ്ടായിരുന്ന പോസ്റ്റുമാൻ റൂലൻ മാഴ്സെയിലേക്ക് മാറിപ്പോയി. കുറച്ചു ദിവസങ്ങൾക്കുശേഷം അയാളുടെ ഭാര്യയും കുട്ടികളും സ്ഥലം വിട്ടു. അങ്ങനെ അനാഥത്വം ഒഴിയാബാധയായ ചുറ്റുപാടുകളിലാണ് പോൾ ഗോഗിന്റെ സ്നേഹിത യായ റേച്ചലിനെ സന്ദർശിക്കാൻ ചെന്നത്. അവജ്ഞയോടെ അവൾ വിൻസന്റിനെ നിരാകരിച്ചു. എതിർപ്പിന്റെയും അവഗണനയുടെയും മൂർച്ച യുള്ള മുനകൾ കുത്തിനോവിക്കുകയും ഭയം വർദ്ധിക്കുകയും ചെയ്ത തിന്റെ ഫലമായി വിൻസന്റിന് ഉറങ്ങാനായില്ല.

അപ്പോഴാണ് വിൻസന്റിന്റെ സാന്നിധ്യം സ്വൈരജീവിതത്തിനു ഭീഷണിയാണെന്ന നഗരഭരണാധികൃതരുടെ കണ്ടെത്തലിന്റെ അടിസ്ഥാ നത്തിൽ വീണ്ടും പൊലീസെത്തുന്നത്. ആശുപത്രിയിലെത്തിയ വിൻസന്റിന് താൻ എവിടെയാണെന്നുപോലും തിരിച്ചറിയാനായില്ല. പരി ശോധിക്കാൻ വന്ന ഡോക്ടർമാരുടെ ചോദ്യങ്ങൾക്കു മറുപടി നൽകാ നാവാതെ, ശബ്ദം മാത്രം ഉണ്ടാക്കിക്കൊണ്ടിരുന്നു. "മനോരോഗാശുപത്രി യിൽ പ്രവേശിപ്പിക്കുകയാണ് പോംവഴി"യെന്ന് തിയോയോട് നിർദ്ദേശി ക്കാൻ ഫെലിക്സിനെ പ്രേരിപ്പിച്ചത്, ഉൽക്കണ്ഠ ഉളവാക്കുന്ന

കന്നുകാലികൾ

വിൻസന്റിനെ മനോനിലയാണ്, എങ്കിലും അതു വേണ്ടിവന്നില്ല. വിൻസന്റ് പെട്ടെന്ന് സാധാരണ നിലയിലെത്തി.

ആശുപത്രിയിൽ നിന്നു മടങ്ങിയെത്തി അഞ്ചു ദിവസം പിന്നിട്ടിരുന്നില്ല. വിൻസന്റിനെ തേടി വീണ്ടും പൊലീസെത്തി. മദ്യപിച്ചിരിക്കുകയായിരുന്ന അദ്ദേഹം എതിർപ്പൊന്നും കൂടാതെ കീഴടങ്ങി. ഇത്തവണ മഞ്ഞ വീട്ടിൽ പൊലീസിനെയെത്തിച്ചത് നാട്ടുകാരുടെ പരാതിയായിരുന്നു. 'വിൻസന്റ് എന്ന പേരുള്ള ഡച്ചുകാരൻ മാനസികമായി നിയന്ത്രണമില്ലാത്തവനാണെന്ന് പലതവണ വ്യക്തമാക്കിയിട്ടുള്ളതാണെന്ന് ആമുഖമായി രേഖപ്പെടുത്തിയ ആ പരാതി ഇങ്ങനെ തുടരുന്നു: "എന്തു ചെയ്യുന്നു, എന്താണ് പറയുന്നത്, അയാൾക്കറിയില്ല. പെട്ടെന്നു വികാരാവേശിതനാകുന്ന അയാളുടെ സ്ഥിരതയില്ലായ്മ കാരണം സ്ത്രീകളും കുട്ടികളുമുൾപ്പെടെയുള്ളവർ ഭയപ്പാടോടെയാണ് ദിവസങ്ങൾ പിന്നിടുന്നത്. അയാളെ സ്വന്തം കുടുംബത്തിലേക്ക് എത്രയും വേഗമെത്തിക്കണം. അല്ലെങ്കിൽ ഒരു മനോരോഗാശുപത്രിയിൽ പ്രവേശിപ്പിക്കണം. അങ്ങനെ ചെയ്താൽ മാത്രമേ നിർഭാഗ്യകരമായ സംഭവങ്ങൾ ഉണ്ടാകുന്നത് തടയാനാവൂ." ഭ്രാന്തനായ ചെമ്പൻമുടിക്കാരനെന്ന് അഭിസാരികകൾ പോലും ആക്ഷേപിച്ചിരുന്ന വിൻസന്റ്, ചിത്രം വരയ്ക്കാനുള്ള കാൻവാസും ചായക്കൂട്ടുകളുമായി

റോഡിലിറങ്ങുമ്പോൾ തെമ്മാടികളായ കുട്ടികൾ പിന്നെ നടന്ന് പരിഹസിക്കുന്നതും കല്ലെറിയുന്നതും പതിവായിരുന്നു. വിൻസന്റ് പ്രേതബാധിതനാണെന്ന് പലരും കരുതി.

"രണ്ടു പ്രാവശ്യം അവരെന്ന ഐസൊലേഷൻ സെല്ലിൽ അടച്ചിട്ടു. ഇനി ഞാനെവിടെപ്പോകും?" വിൻസന്റിന്റെ ഹൃദയഭേദകമായ ആ ചോദ്യം ആരും കേട്ടില്ല. നേരത്തേ തന്നെ പൊലീസ് മേധാവി വിൻസന്റിനെ നോട്ടമിട്ടിരുന്നതാണ്. തക്ക അവസരത്തിനായി അയാൾ കാത്തുകഴിയുകയായിരുന്നു. മുൻപൊരിക്കൽ ഇൻകീപ്പർ കരേലുമായി വിൻസന്റ് കലഹിക്കുകയുണ്ടായി. അതൊരു വഴക്കിൽ പര്യവസാനിച്ചപ്പോൾ പൊലീസ് മേധാവി അതിൽ ഇടപെട്ടെങ്കിലും തർക്കം അപ്പോൾ അയാളുടെ കൈവിട്ടുപോയിരുന്നു. അപ്പോൾ തോന്നിയ വിരോധം തീർക്കാൻ അയാൾ കാത്തിരിക്കുകയായിരുന്നു. അങ്ങനെയാണ് വീടുതോറും കയറിയിറങ്ങി വിൻസന്റിനെതിരെ പരാതി ശേഖരിക്കാൻ പൊലീസുകാരെ അയാൾ നിയോഗിച്ചത്. റോഡിലൂടെ നടന്നുപോകുമ്പോൾ, പിന്തുടർന്നുവന്ന് ശല്യപ്പെടുത്തിയിരുന്ന കുസൃതികളെ ഓടിച്ചകറ്റാൻ വിൻസന്റ് ശ്രമിച്ചിരുന്നു. അതിനു മറ്റൊരു നിറം പൊലീസ് നൽകി. അനിയന്ത്രിതമായ മദ്യപാനമാണ് അങ്ങനെ ചെയ്യാൻ വിൻസന്റിനെ പ്രേരിപ്പിക്കുന്നതെന്ന് അവർ നുണ പറഞ്ഞു.

അരയിൽ കൈകൾ അമർത്തിത്തന്നെ ഉയർത്തിയെടുക്കാൻ, ഒരിക്കൽ വിൻസന്റ് ശ്രമിച്ചതായി ഒരു ഡ്രസ്സ് മേക്കറായ സ്ത്രീ പരാതിപ്പെട്ടു. മഞ്ഞവീടിന്റെ ഒരു ഭാഗത്തു പലചരക്കുകട നടത്തുന്ന ഫ്രാങ്കോയിസ് ക്രെവാലിൻ എന്നയാൾ പരാതിപ്പെട്ടത് കടയ്ക്കുള്ളിൽ കയറി വരുന്ന വിൻസന്റ് അവിടെ സാധനങ്ങൾ വാങ്ങാൻ വരുന്ന സ്ത്രീകളുടെ ശരീരത്തിൽ തടവുകയും താലോലിക്കുകയും ചെയ്യുന്നത് അസഹ്യമായിരിക്കുകയാണെന്നാണ്. സ്ത്രീകളെ പിന്തുടർന്ന് അവരുടെ വീടുകളിൽ വിൻസന്റ് കയറിച്ചെല്ലാറുണ്ടെന്നാണ് മറ്റുചിലർ ആക്ഷേപിച്ചത്. അങ്ങനെ സ്വസ്ഥജീവിതത്തെ അട്ടിമറിക്കുന്ന വിൻസന്റിനെ നിയന്ത്രിക്കണമെന്ന് നിവേദനക്കാർ ആവശ്യപ്പെട്ടപ്പോൾ, ചിത്രങ്ങൾ വരയ്ക്കുന്നതു തടസ്സപ്പെടുത്തിക്കൊണ്ട് തന്നെ പിന്തുടർന്നു പരിഹസിക്കുകയും കല്ലെറിയുകയും ചെയ്യുന്നവരെ തടയാത്തതിനെ അദ്ദേഹം ചോദ്യം ചെയ്യുകയുണ്ടായി. വ്യക്തിസ്വാതന്ത്ര്യത്തിനും സ്വകാര്യതകൾക്കും വിഘ്നം വരുത്തുന്നവരിൽ നിന്ന് നഷ്ടപരിഹാരം നേടിത്തരണമെന്ന് പൊലീസിനോട് അദ്ദേഹം ആവശ്യപ്പെട്ടു. പക്ഷേ, പൊലീസ്, വിൻസന്റിന്റെ ശത്രുക്കളായിരുന്നതിനാൽ ഒന്നും നടന്നില്ല.

സമൂഹത്തിന്റെ ക്രൂരമായ താഡനത്തിനു പാത്രമാവുന്ന വിക്ടർ ഹ്യൂഗോയുടെ കഥാപാത്രങ്ങളെപ്പോലെ അദ്ദേഹം സ്വയം രക്തസാക്ഷിത്വം വരിക്കുകയായിരുന്നു അപ്പോൾ. പൊലീസിനോ മേയർക്കോ യാതൊരനുഭാവവും തോന്നിയില്ലെന്നതിനേക്കാൾ ക്രൂരനടപടിയായത് ബലം പ്രയോഗിച്ച്

അറസ്റ്റ് ചെയ്ത് അദ്ദേഹത്തെ കാറ്റും വെളിച്ചവും കയറാത്ത ആശുപത്രിയിലെ സെല്ലിൽ അടച്ചിട്ടതായിരുന്നു. സ്നേഹിതന്മാരായ ഡോക്ടർമാർ തുണയുമായിയെത്തുമെന്ന വിൻസന്റിന്റെ പ്രതീക്ഷയും പൊലിഞ്ഞു. അദ്ദേഹത്തിന്റെ സ്ഥാനം മനോരോഗാശുപത്രിയാണെന്ന് അവർ വിധിയെഴുതി. അപ്പോഴാണ് അദ്ദേഹം ചോദിച്ചത്: "എന്റെ സ്വാതന്ത്ര്യത്തിന് എന്താണ് വില?"

അങ്ങനെ രണ്ടുമാസം, ഫെബ്രുവരി ഇരുപതാം തീയതി മുതൽ മാർച്ച് ഇരുപത്തിമൂന്നാം തീയതി വരെ അദ്ദേഹം ആശുപത്രിയിൽ കഴിഞ്ഞു. അതൊരു ശിക്ഷയായിരുന്നു. അതിന്റെ ഭാഗമായി വിൻസന്റ് സ്ഥിരമായി ഉപയോഗിച്ചിരുന്ന പൈപ്പും പുകയിലയും ഫ്ളാസ്കുമെടുത്തു മാറ്റിയ ആശുപത്രി അധികൃതർ വായിക്കാൻ ഒരു പുസ്തകം പോലും കൊടുത്തില്ല. തുറസ്സുകളുടെ ആരാധകനായിരുന്ന വിൻസന്റിനെ ഇരുട്ടുനിറഞ്ഞ നാലുഭിത്തികൾക്കുള്ളിൽ അടച്ചിട്ട് സൂര്യവെളിച്ചവും ശുദ്ധവായുവും അവർ നിഷേധിച്ചു. വീണ്ടും മാനസിക അസ്വസ്ഥതകൾ ഉണ്ടാക്കുമെന്ന ആശങ്കയിൽ ആരോടും മിണ്ടാതെ, നീണ്ട മൗനത്തിലേക്ക് വിൻസന്റ് വഴുതിവീണു. ചങ്ങലയ്ക്കിട്ട നിലയിൽ കൈകൾ തലയിലമർത്തി ഇരുട്ടിലേക്ക് നോക്കിയിരിക്കവെ, "എന്റെ ആത്മാവിന്റെ ന്യായപീഠത്തിൽ ഞാനെന്റെ സങ്കടങ്ങൾ സമർപ്പിക്കുകയാണ് ചെയ്തതെന്ന്" പിൽക്കാലത്ത് അദ്ദേഹം എഴുതി. ഈ വിധം പരാജയമുണ്ടായതെങ്ങനെ?

സ്റ്റിൽലൈഫ്

ലജ്ജാകരമായ ഈ അവസ്ഥയ്ക്ക് വിധേയനാകുന്നതിനേക്കാൾ അഭികാമ്യം മരണമല്ലേയെന്ന ചോദ്യം വിൻസന്റിനെ അസ്വസ്ഥനാക്കിയിരുന്നു.

ആശ്വാസവുമായി എത്തിയ കൂട്ടുകാരൻ

വിവാഹവും അതുമായി ബന്ധപ്പെട്ട തിരക്കുകളും തിയോയുടെ ദിവസങ്ങളെ അപഹരിച്ചു. സദിരുകൾ, വിരുന്നുകൾ, സന്ദർശനങ്ങൾ. രാത്രികൾ പോലും പകലുകളാക്കിയ ആ ദിവസങ്ങളിൽ, സഹോദരന്റെ അവസ്ഥ ഒരു മൗനരോദനമായി തിയോയുടെ ജീവിതത്തിൽ നിറഞ്ഞു നിന്നു. ഒന്നും ചെയ്യാനാവാത്തതിൽ കുറ്റബോധം തോന്നിയ ആ ദിവസങ്ങളിലാണ്, വിൻസന്റിന്റെ കാര്യത്തിൽ ഒരു തീരുമാനം ഒഴിച്ചുകൂടാനാവാത്തതാണെന്ന് അഭിപ്രായവുമായി വൈദികനായ സാലിസ് എത്തുന്നത്. "പാരീസിലേക്ക് സഹോദരനെ കൊണ്ടുപോകാനാണോ ഏതെങ്കിലും ഒരു മനോരോഗാശുപത്രിയിൽ പ്രവേശിപ്പിക്കാനോ അതുമല്ലെങ്കിൽ പൊലീസിന്റെ തോന്ന്യാസത്തിന് വിടാനാണോ താങ്കളുടെ ഉദ്ദേശ്യം? ഏതായാലും ഇക്കാര്യത്തിൽ ഖണ്ഡിതമായ ഒരു തീരുമാനം താങ്കളിൽ നിന്നുണ്ടായേ തീരൂ." തിയോയെ ഇഷ്ടത്തിനുവിടാൻ സാലിസ് തയ്യാറായില്ല. ഏതെങ്കിലും ഒരു മനോരോഗാശുപത്രിയിൽ വിൻസന്റിനെ പ്രവേശിപ്പിച്ച് കൈകഴുകാൻ തിയോയുടെ മനസ്സാക്ഷി അനുവദിച്ചില്ല. വിൻസന്റിന്റെ പരിരക്ഷണച്ചുമതല മറ്റാരുടെയെങ്കിലും ചുമലിൽ വെയ്ക്കാതെ, വയോവൃദ്ധയായ അമ്മയുടെ പരിരക്ഷണച്ചുമതല സ്വയമേറ്റെടുത്ത സഹോദരി വിൽ, വിൻസന്റിനെ ബ്രെഡയിലേക്ക് കൊണ്ടുവരാൻ തിയോയ്ക്കെഴുതി. "ജ്യേഷ്ഠന്റെ ചുമതല മറ്റാരെയെങ്കിലും ഏല്പിക്കുന്നത് അന്യായമാണ്. ബ്രെഡയിലെ വസതിയിൽ വന്നു താമസിക്കട്ടെ." അമ്മ അന്നയും അതേ അഭിപ്രായക്കാരിയായിരുന്നു. "അവനൊരു ശപിക്കപ്പെട്ട ജീവിയായിപ്പോയല്ലോ" അന്ന പരിതപിച്ചു. ബ്രെഡയിലേക്ക് കൊണ്ടുപോകാതെ പാരീസിൽ വിൻസന്റിനെ കൊണ്ടുവന്നുകൂടെയെന്ന ജോയുടെ ചോദ്യം സ്ഥിതിഗതികളെ കൂടുതൽ സങ്കീർണ്ണമാക്കി.

പാരീസിലേക്ക് വിൻസന്റിനെ കൊണ്ടുവരുന്നത് പ്രായോഗികമല്ലെന്നതിന് തിയോയ്ക്ക് ചില കാരണങ്ങളുണ്ടായിരുന്നു. "വേഷധാരണത്തിലും പെരുമാറ്റത്തിലും വിൻസന്റ് പ്രത്യേകതകളുള്ള വ്യക്തിയാണ്. ചിത്രകാരനെന്ന നിലയിൽ അത്തരം സവിശേഷതകൾ കലാകാരന്മാരുടെ സ്വാതന്ത്ര്യമാണെങ്കിലും പൊതുസമൂഹം ആ വിധത്തിൽ അതു കാണാനിടയില്ല." മുൻപ് കുറച്ചുകാലം വിൻസന്റ് പാരീസിൽ താമസിച്ചപ്പോഴുണ്ടായ സംഭവങ്ങൾ തിയോ വിവരിച്ചു. മോഡലുകളൊന്നും ചിത്രം വരയ്ക്കാൻ വിൻസന്റിന് അനുമതി നൽകിയില്ല. വഴിയാത്രക്കാർ പരിഹസിക്കുമായിരുന്നു. ചായപ്പെട്ടികളുമായി വഴിവക്കിൽ നിൽക്കുന്ന വിൻസന്റിനെ പൊലീസുകാർ തുരത്തി ഓടിക്കുന്നത് പതിവായി.

ഒടുവിൽ ഇനി വയ്യ എന്ന് വിൻസന്റ് പറഞ്ഞ പശ്ചാത്തലത്തിലാണ് പാരീസിൽ വെച്ച് വിൻസന്റിനെ ചികിത്സിച്ച ഡോക്ടർ ലൂയി റിവന്റിന്റെ അഭിപ്രായം തിയോ തേടിയത്. "ആശുപത്രി എത്ര മോശപ്പെട്ടതാണെങ്കിലും അവിടെ നിന്ന് വിൻസന്റ് പുറത്തുപോകുന്നത് ആപത്തു ക്ഷണിച്ചുവരുത്തുന്നതായിരിക്കുമെന്ന" ഡോക്ടറുടെ അഭിപ്രായം തിയോയ്ക്ക് സ്വീകാര്യമായി. അങ്ങനെയെങ്കിൽ പാരീസിലെ ഒരു മനോരോഗാശുപത്രിയിൽ പ്രവേശിപ്പിച്ചാൽ അവിടെപ്പോയി സുഖവിവരങ്ങൾ തിരക്കി അറിയാമല്ലോയെന്ന ജോയുടെ അഭിപ്രായത്തിനും ഡോക്ടർക്ക് മറുപടി ഉണ്ടായിരുന്നു. "ഫ്രാൻസിലെ എല്ലാ മനോരോഗാശുപത്രികളിലും പൂർണ്ണ സജ്ജമാണ്. സൗജന്യ ചികിത്സയ്ക്കെത്തുന്നവർക്കും മികച്ച പരിചരണം ഉറപ്പായിട്ടുള്ളതാണ്." ഈ സംഭാഷണം നടക്കുന്നതിനിടയിലാണ് തന്റെ ദയനീയാവസ്ഥ ഒരു കത്തിലൂടെ വിൻസന്റ് സഹോദരനെ അറിയിക്കുന്നത്. "എന്റെ ചികിത്സയ്ക്കാവശ്യമായ പണമില്ലെങ്കിൽ ഏതെങ്കിലും ഒരു സെല്ലിൽ എന്നെ അടച്ചുപൂട്ടിയിടാമല്ലോ." തിയോ അതിനു മറുപടി എഴുതിയില്ല. അച്ഛന്റെ സ്വത്തിൽ ഓഹരി കിട്ടിയതിൽ നിന്നു കുറച്ചു പണം വിൻസന്റിന്റെ ചികിത്സാച്ചെലവിനായി സഹോദരിമാരായ വില്ലും ലീയും അയച്ചുകൊടുത്തപ്പോൾ അതവരുടെ പേരിൽ

ഒത്തുചേരൽ

യാത്രയ്ക്കു മുമ്പ്

ബാങ്ക് നിക്ഷേപമായി സൂക്ഷിച്ച ശേഷം തിയോ എഴുതി: "വിൻസന്റിനു കിട്ടുന്ന ചികിത്സ മാറ്റേണ്ടതില്ല. സൗജന്യമാണ് അത്."

അനിശ്ചിതത്വങ്ങൾക്കൊടുവിൽ പാരീസിലേക്ക് വരാനുള്ള തിയോയുടെ നിർദ്ദേശം വിൻസന്റ് സ്വീകരിച്ചില്ല. "പാരീസിലേക്ക് ക്ഷണിച്ചതിൽ എനിക്ക് നന്ദിയുണ്ട്. എന്നാൽ, ആ വലിയ നഗരത്തിലെ അന്തരീക്ഷവുമായി ഒത്തുപോവാൻ എനിക്കാവില്ല." അപ്പോഴാണ് പരിചയക്കാരനായ ഒരു കലാകാരനെ അർലിസിലേക്ക് അയയ്ക്കുന്ന കാര്യത്തെപ്പറ്റി തിയോ ആലോചിച്ചത്. വാർഷിക വിശ്രമയാത്രയ്ക്ക് തയ്യാറെടുക്കുകയായിരുന്ന ചിത്രകാരനായ പോൾ സിഗ്നാക്കിനെ പ്രേരിപ്പിച്ച് അർലിസിലേക്കയയ്ക്കാൻ തിയോയ്ക്ക് സാധിച്ചു.

ബലം പ്രയോഗിച്ച് വിൻസന്റിനെ ആശുപത്രിയിൽ കൊണ്ടുപോയ പൊലീസുകാർ മഞ്ഞ വീട് താഴിട്ട് അടച്ചുപൂട്ടിയിരുന്നതിനാൽ അതിനകത്തു കയറാൻ വിൻസന്റും സിഗ്നാക്കും ചേർന്ന് അത് അടിച്ചുപൊട്ടിക്കുന്നത് അയൽക്കാരും പൊലീസുകാരും തടഞ്ഞെങ്കിലും അവരെ അനുനയിപ്പിച്ച് പിന്തിരിപ്പിക്കാൻ സിഗ്നാക്കിനായി. ഏതാനും മാസങ്ങൾക്കു മുൻപ് സീൻ നദിക്കരയിൽ വെച്ച് ഇരുപത്തിനാലുകാരനായ സിഗ്നാക്കിനെ കണ്ടതും പരിചയപ്പെട്ടതും അയാളുമായി കുറച്ചു സമയം ചെലവഴിച്ചതും വിൻസന്റ് ഓർമ്മിച്ചിരുന്നു. "പെട്ടെന്ന് കോപാവിഷ്ടനാകുന്ന പ്രകൃതക്കാരനാണെന്ന് പറഞ്ഞ് കേട്ടിരുന്നെങ്കിലും ആ ചെറുപ്പക്കാരൻ ശാന്തസ്വഭാവക്കാരനായാണ് എനിക്ക് തോന്നിയത്.

ഉരുളക്കിഴങ്ങ്

പാരീസിൽ നിന്ന് നേരെ ആശുപത്രിയിലെത്തി വിൻസന്റിനെ സന്ദർശിക്കവെ ഡോക്ടർ ഫെലിക്സ് റേയുമായി സിഗ്നാക്ക് പരിചയപ്പെട്ടു. അങ്ങനെ വിൻസന്റുമായി പുറത്തുപോകാൻ ഡോക്ടറുടെ അനുമതി നേടാൻ കഴിഞ്ഞ അയാൾ പിന്നീട് മഞ്ഞ വീട്ടിലെത്തി.

സിഗ്നാക്കിലൂടെ അനുതാപമുള്ള ഒരു ശ്രോതാവിനെയായിരുന്നു വിൻസന്റിനു കിട്ടിയത്. പരാതികളും പരിഭവങ്ങളും നിരത്തുന്നതിനിടയിൽ തന്റെ സ്വാതന്ത്ര്യം അപഹരിച്ച ആശുപത്രി അധികൃതരോടുള്ള ക്ഷോഭവും വിൻസന്റ് പ്രകടിപ്പിച്ചു. തിയോയുടെ വിവാഹത്തോടെ അനാഥനായ തനിക്ക് ഒരു കൈത്താങ്ങാണ് നഷ്ടമായതെന്ന വേദന സിഗ്നാക്കുമായി അദ്ദേഹം പങ്കിട്ടു. തിയോയെ അംഗീകരിക്കാനും വിവാഹിതനായതിനാൽ അഭിനന്ദിക്കാനും വിൻസന്റ് ഒട്ടും പിശുക്കു കാട്ടിയിരുന്നില്ല. “ഇനി നിന്റെ സ്നേഹവും കരുതലും നൽകേണ്ടത് മറ്റൊരാളിനാണ്.” തിയോയ്ക്ക് അദ്ദേഹമെഴുതി. ഏതാനും ദിവസങ്ങൾക്കു ശേഷം സിഗ്നാക്ക് മടങ്ങി.

ഒറ്റപ്പെടലിന്റെ വേദന

“നല്ല സൗഹൃദങ്ങൾ ആശ്വാസം പകരുന്നവയാണ്.” വിൻസന്റിന്റെ സൂചനയിൽ സിഗ്നാക്കുമായി ചെലവിട്ട നല്ല ദിവസങ്ങളുടെ ഊഷ്മളത പ്രതിദ്ധ്വനിച്ചിരുന്നു. സിഗ്നാക്ക് മടങ്ങുകയും ചിത്രരചനയിൽ മുഴുകുകയും ചെയ്തപ്പോൾ പഴയ അവസ്ഥ ആവർത്തിക്കാതിരിക്കാനുള്ള

മുൻകരുതലെന്ന നിലയ്ക്ക് മറ്റെവിടെയെങ്കിലും സ്ഥിരമായി പാർക്കാൻ ഒരിടം കണ്ടെത്തുന്നതിനെപ്പറ്റി സാലിസിനോട് വിൻസന്റ് നിർദ്ദേശിക്കുകയുണ്ടായി. തന്റെ അമ്മയുടെ വീട്ടിലെ 'രണ്ടു മുറികൾ' വിൻസന്റിന് വാടകയ്ക്ക് നൽകാമെന്ന് അപ്പോൾ ഫെലിക്സ് റേ അറിയിച്ചു. ഈസ്റ്ററിനു മുൻപ് മഞ്ഞ വീട് ഒഴിയണമെന്ന ഉടമയുടെ അന്ത്യശാസനം, പുതിയ വീട് കണ്ടെത്താനുള്ള ശ്രമത്തെ ത്വരിതപ്പെടുത്തിയിരുന്നു. അക്കാലത്ത് തിയോയ്ക്കെഴുതിയ കത്ത്, വിൻസന്റിന്റെ നിസ്സഹായത വെളിപ്പെടുത്തുന്നതാണ്. "പഴയ നിലയിലേക്കുള്ള മടങ്ങിവരവിലാണ് ഞാൻ. പരമ ശാന്തം. മനുഷ്യജീവിതത്തിൽ ഉണ്ടാകാറുള്ള കൊടിയ ദുഃഖങ്ങളുമായി സാമ്യപ്പെടുത്തുമ്പോൾ എനിക്കുണ്ടായ സങ്കടങ്ങൾ എത്ര നിസ്സാരമാണ്. ഞാനിപ്പോൾ ചിത്രങ്ങൾ വരച്ചു തുടങ്ങുന്നതിനുള്ള മുന്നൊരുക്കങ്ങളുടെ ഭാഗമായും മാനസിക സ്വാസ്ഥ്യം വീണ്ടെടുക്കാനുമായി വായനയിലേക്ക്, അങ്കിൾ ടോംസ് ക്യാബിൻ, ഡിക്കൻസിന്റെ ക്രിസ്തുമസ് കഥകൾ, മടങ്ങിയിരിക്കുന്നു."

മാനസികമായ സമ്മർദ്ദങ്ങളെ അതിജീവിക്കാനായി ഒരു പുൽത്തുമ്പിനെക്കുറിച്ച് പഠിക്കാൻ ആയുഷ്ക്കാലം മുഴുവൻ സമർപ്പിച്ച ജപ്പാൻകാരനായ ഒരു ഭിക്ഷുവിന്റെ കഥ വിൻസന്റ് ഓർമ്മിച്ചിരുന്നു. ആ ഭിക്ഷു ചെയ്തതുപോലെ ധ്യാനനിരതനാവാനും അതുവഴി ചിത്രരചനയിലേക്ക് മടങ്ങാനും പരിശ്രമിച്ചെങ്കിലും അതൊന്നും അദ്ദേഹത്തെ സഹാ

വിജന ചാരുത

യിച്ചില്ല. ഇരുട്ടിനെ പേടിച്ച് വെളിച്ചം തേടി ഓടിഓടി ഒന്നുമല്ലാത്ത അവസ്ഥയിൽ അദ്ദേഹം എത്തുകയായിരുന്നു. ആരും സ്നേഹിതന്മാർ പോലും സഹായിക്കാനില്ലെന്ന വിചാരം വിൻസന്റിന്റെ മനസ്സിനെ കീറി മുറിച്ചു. അങ്ങനെ ഒറ്റപ്പെടലിൽ നിന്നും രക്ഷനേടാനുള്ള വഴി പട്ടാളത്തിൽ ചേരുന്നതായിരിക്കുമെന്ന് അദ്ദേഹം ആലോചിച്ചിരുന്നു. "അഞ്ചുകൊല്ലത്തെ സേവനത്തിനായി മറ്റെവിടെയെങ്കിലും പോകാനാകും. അതിനാവശ്യമായ കായികയോഗ്യതകൾ എനിക്കുണ്ട്." തിയോയെ അദ്ദേഹം അറിയിച്ചു. എന്നാൽ, അതൊരു ആകാശക്കോട്ട മാത്രമായി അവശേഷിക്കുകയാണു ണ്ടായത്.

അപ്പോഴാണ് ഏതെങ്കിലും ഒരു മനോരോഗാശുപത്രി അഭയകേന്ദ്രമാക്കണമെന്ന തോന്നൽ വിൻസന്റിൽ ശക്തി പ്രാപിക്കുന്നത്. അർലിസിൽ നിന്ന് അധികം അകലെയല്ലാത്ത സെന്റ് റെമിയിലെ സെന്റ് പോൾ മഠം കണ്ടെത്തി ആ വിവരം തിയോയെ അറിയിച്ചു. എന്നാൽ, അതൊരു പരിഹാരമാണെന്ന നിലപാടല്ല തിയോ കൈക്കൊണ്ടത്. അതിൽ നിന്ന് സഹോദരനെ തിയോ വിലക്കുകയും ചെയ്തു. ആ സാഹചര്യത്തിലാണ് സാലിസിന്റെ സഹായത്തോടെ ഒരു വീട് കണ്ടെത്താൻ വിൻസന്റ് മുൻകൈയെടുത്തത്.

പുതിയ താമസസ്ഥലത്തേക്ക് പോകുന്നതിനു മുൻപായി മഞ്ഞ വീട്ടിൽ കൂട്ടിയിട്ടിരുന്ന പെയിന്റിംഗുകൾ അടുക്കിക്കെട്ടി പാരീസിൽ

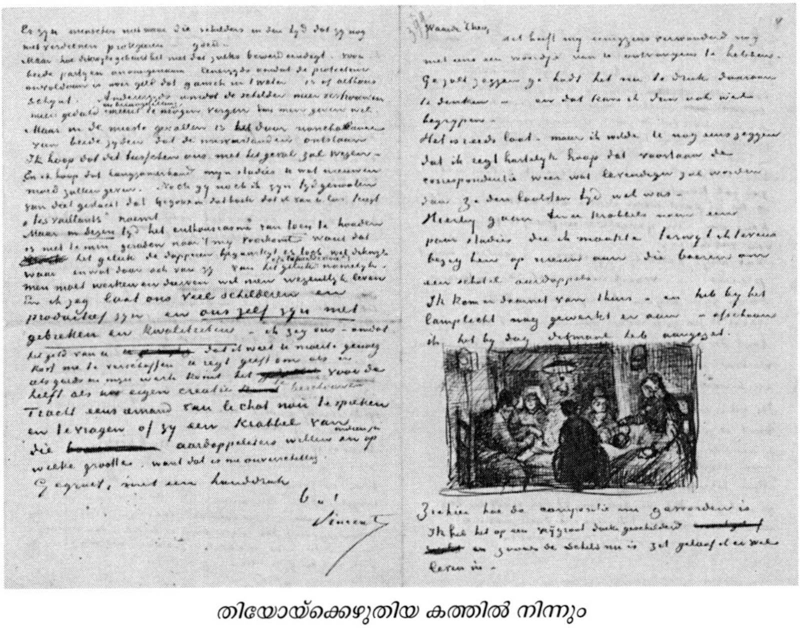

തിയോയ്ക്കെഴുതിയ കത്തിൽ നിന്നും

വേരുകൾ

തിയോയ്ക്ക അയയ്ക്കാനുള്ള സംരംഭത്തിൽ വിൻസന്റ് മുഴുകി. അപ്പോഴാണ് വർഷകാലത്ത് വെള്ളം കയറി നിരവധി പെയിന്റിംഗുകൾ നനഞ്ഞു കുതിർന്നതായി അദ്ദേഹം അറിയുന്നത്. വിതയ്ക്കുന്നവനും കൊയ്യുന്നവനും സൂര്യകാന്തിപ്പൂക്കളും റോൺ നദിക്കരയിലെ രാത്രി ആകാശവും കിടക്കമുറിയും പോലുള്ള തന്റെ പ്രിയപ്പെട്ട രചനകൾ കേടുപാടുകളില്ലാതെ ഭദ്രമായി കെട്ടി സൂക്ഷിക്കാൻ നിരവധി ദിവസങ്ങൾ വേണ്ടിവന്നു. എല്ലാം എടുത്തുമാറ്റിക്കഴിഞ്ഞതോടെ തന്റെ സ്റ്റുഡിയോ, ഒരു ശവപ്പറമ്പായിരിക്കയാണെന്നാണ് വിൻസന്റിനു തോന്നിയത്. "ചിത്രങ്ങൾ പൂക്കൾ പോലെയാണ്." നനഞ്ഞ് ചായം മാഞ്ഞുതുടങ്ങിയ പെയിന്റിംഗുകളെപ്പറ്റി വിൻസന്റ് പറഞ്ഞു. എന്നിട്ട് അദ്ദേഹം ഇങ്ങനെ കൂട്ടിച്ചേർത്തു: ഒരു പെയിന്റർ എന്ന നിലയിൽ ഞാൻ ആരുമല്ലാതായിരിക്കുന്നു.

പെയിന്റിംഗുകൾ കെട്ടി അയച്ചശേഷം, വൈദികനുമൊത്ത് പുതിയ വാസസ്ഥലം ഏറ്റെടുത്ത് വാടകക്കരാർ ഒപ്പുവെയ്ക്കാനായി പോകുമ്പോഴാണ് ആ യാഥാർത്ഥ്യം വിൻസന്റ് തിരിച്ചറിയുന്നത്. പരസഹായമില്ലാതെ ഒറ്റയ്ക്ക് ജീവിക്കുക അസാദ്ധ്യമാണെന്നറിഞ്ഞ് അദ്ദേഹം സാലിസിനോട് അപേക്ഷിച്ചു: "നമുക്കു മടങ്ങാം." എന്നിട്ടു പറഞ്ഞു: "സെന്റ് റെമിയിൽ എന്നെ കൊണ്ടുപോകൂ."

സെൽഫ് പോർട്രയിറ്റ്

2 മഞ്ഞവീടും പോൾഗോഗിനും

ഓൾഡ് സിറ്റി എന്നു വിശേഷിപ്പിക്കാറുള്ള പുരാതനമായ നഗരത്തിനും ട്രെയിൻ സ്റ്റേഷനുമിടയിൽ അർലിസിന് വടക്കായി ത്രികോണാകൃതിയിലുള്ള പാർക്കിനടുത്തുള്ള ലാമാർട്ടിനരികിലെ ആൾപ്പാർപ്പില്ലാത്ത ഒരു വീടായിരുന്നു, വിൻസന്റിന്റെ ജീവിതത്തിലെ നിർണ്ണായകമായ നിരവധി സംഭവങ്ങൾക്ക് സാക്ഷിയായ 'മഞ്ഞ വീട്.' ആ മന്ദിരത്തിലെ ഒരു ഭാഗത്തുള്ള രണ്ടു നിലകൾ, പ്രതിമാസം അൻപതു ഫ്രാങ്ക് വാടക നിശ്ചയിച്ച് വിൻസന്റെടുത്തു. നിരവധി വർഷങ്ങളായി അവിടെ ആൾപ്പാർപ്പില്ലാതിരുന്നതുമൂലം ഭിത്തിയിലേയും കതകുകളിലേയും പെയിന്റ് മങ്ങുകയോ ഇളകിപ്പോവുകയോ ചെയ്തിരുന്നു.

ശൈത്യകാലത്ത് ചൂടാക്കാനുള്ള സജ്ജീകരണങ്ങളോ അടുക്കളയിൽ ഗ്യാസോ ഇലക്ട്രിസിറ്റിയോ ഇല്ലായിരുന്നു. കുളിമുറി ഇല്ലാത്തതായിരുന്നു ആ വീട്. അതിന്റെ ഒരു വശത്ത് ഒരു പലചരക്കു കടയുണ്ടായിരുന്നു. (രണ്ടാം ലോകമഹായുദ്ധത്തിലെ ബോംബാക്രമണത്തിൽ ആ വീട് പൂർണ്ണമായി നശിച്ചുപോയി) വഴിയാത്രക്കാർ പോലും അവജ്ഞയോടെ നോക്കിയിരുന്ന ആ വീട്, പക്ഷേ, വിൻസന്റിന് സ്വർഗ്ഗമായി. "ഇവിടെ എനിക്ക് സ്വസ്ഥമായിരിക്കാനും ചിത്രങ്ങൾ വരയ്ക്കാനും ധ്യാനിക്കാനും സാധിക്കും." തിയോയുടെ അനുമതിക്കായി കാത്തിരിക്കാതെ കരാറെഴുതി, വാടകയ്ക്കെടുത്ത ആ വീട് പുതുക്കാനുള്ള പണി വിൻസന്റ് തുടങ്ങി. വീടിന്റെ ഉൾവശത്തെ കേടുപാടുകൾ നീക്കി, പുറംവശം പെയിന്റ് ചെയ്തു. പുതിയ വെണ്ണയുടെ മഞ്ഞനിറം ഭിത്തികൾക്കും പച്ചനിറം ഷട്ടറുകൾക്കും. ഇളകിയാടിയിരുന്ന കതകുകളും ജനാലകളും നേരെയാക്കി, ഗ്യാസ് സ്ഥാപിച്ചു. അങ്ങനെ പിശുക്കനല്ലാത്ത ധനികനെപ്പോലെ ആ വീട് വിൻസന്റ് പുതുക്കി.

സ്ഥിരമായൊരു സ്റ്റുഡിയോ എന്ന തന്റെ ചിരകാല സങ്കല്പം സാക്ഷാൽക്കരിക്കുകയാണെന്ന വിശ്വാസത്തിനു പുറമെ തന്നെപ്പോലുള്ള

സൗജന്യഭക്ഷണം

ചിത്രമെഴുത്തുകാർക്കു കൂടിച്ചേരാനും കൂട്ടായി പാർക്കാനും 'മഞ്ഞവീട്' മാതൃകയാവുമെന്ന് വിൻസന്റ് പ്രതീക്ഷിച്ചു. അതു മുൻനിറുത്തി പല ചിത്രകാരന്മാരുമായി അദ്ദേഹം കത്തിടപാടുകൾ നടത്തി. ഏതാനും വർഷങ്ങൾക്കുമുൻപ് ചിത്രകാരന്മാരുടെ കൂട്ടായ്മയുണ്ടാക്കാനുള്ള പരിശ്രമത്തിൽ കൈ പൊള്ളിയതൊന്നും പുതിയ സംരംഭത്തിൽ വിൻസന്റിനെ നിരുത്സാഹപ്പെടുത്തിയില്ല. പാരീസിൽ വെച്ച് പരിചയത്തിലായ പത്തൊൻപതുകാരനായ എമിലി ബെർണാർഡിനെ 'മഞ്ഞവീട്ടി'ലേക്ക്

ക്ഷണിച്ചെങ്കിലും അയാളത് സ്വീകരിച്ചില്ല. അതിൽ നിരാശനാവാതെ സ്വന്തം നാട്ടുകാരനായ മൗറിയർ-പെറ്റേർസനേയും ഫോണ്ട് വില്ലേയിൽ താമസിക്കുകയായിരുന്ന ജോൺ പീറ്റർ റസ്സലിനേയും വിൻസന്റ് മാറി മാറി ക്ഷണിച്ചെങ്കിലും പല കാരണങ്ങൾ ചൂണ്ടിക്കാട്ടി അവരും ഒഴിഞ്ഞു മാറി. അങ്ങനെയാണ് പോൾ ഗോഗിനെ മഞ്ഞ വീട്ടിലെത്തിച്ച്, ഒരുമിച്ച് താമസിക്കുന്നതിനുള്ള പദ്ധതി വിൻസന്റ് ആസൂത്രണം ചെയ്തത്.

അഞ്ചു മക്കളും വഴക്കാളിയായ ഭാര്യയും ഉൾപ്പെടെ വലിയൊരു കുടുംബത്തെ നാല്പത്താറുകാരനായ ഗോഗിന് പോറ്റേണ്ടതുണ്ടായിരുന്നു. ഷെയർ ബ്രോക്കറായി സാമാന്യം മെച്ചപ്പെട്ട ജീവിതം നയിച്ചിരുന്നതിനിടയിലാണ് എല്ലാം വിട്ടെറിഞ്ഞ് ചിത്രകലയെന്ന കരകാണാക്കടലിൽ അദ്ദേഹം എടുത്തു ചാടിയത്. ചിത്രകാരനാകാനുള്ള പരിശീലനം അദ്ദേഹത്തിനുണ്ടായിരുന്നില്ല. യാഥാസ്ഥിതികതയെ ചോദ്യം ചെയ്ത് ചിത്രകലയുടെ ചരിത്രം തിരുത്തിയ ഇംപ്രഷണിസ്റ്റ് ചിത്രകാരിൽ ഒരാളാവുകയെന്നതായിരുന്നില്ല ഗോഗിന്റെ സ്വപ്നം. തന്റേതായ ഒരു ചിത്രകലാ പ്രപഞ്ചം. അത് കണ്ടെത്താൻ ഫ്രാൻസിൽ നിന്ന് അന്യസ്ഥലങ്ങളിൽ പ്പോയ അദ്ദേഹം പിൽക്കാലത്ത് താഹിതി ദ്വീപ് സ്ഥിരമായ പാർപ്പിടമാക്കി.

പുതുതലമുറക്കാരായ ചിത്രമെഴുത്തുക്കാരെക്കാൾ ശൈലിയിലും ആവിഷ്കാരത്തിലും ശരാശരികളെ ഉല്ലംഘിച്ച് തന്റേതായ ചിത്രകലാ ശൈലി രൂപീകരിച്ച ഗോഗിന്റെ രചനകൾ പ്രദർശിപ്പിക്കാൻ ഗ്യാലറികൾ തയ്യാറായി എന്നുതന്നെയല്ല, ആകർഷകമായ വിലയ്ക്ക് അവ വാങ്ങാൻ ചിത്രകലാ പ്രേമികൾ മുന്നോട്ടു വരികയും ചെയ്തു. അങ്ങനെ നല്ലൊരു വരുമാനസ്രോതസ്സായി അതു മാറാൻ ദീർഘകാലം അദ്ദേഹത്തിനു കാത്തിരിക്കേണ്ടി വന്നില്ല.

പാരീസിലെ തലമുതിർന്ന ആർട്ട് ഡീലർ എന്ന നിലയിൽ സ്വന്തം മേൽവിലാസം സ്ഥാപിച്ച വിൻസന്റിന്റെ സഹോദരൻ തിയോ, പോൾ ഗോഗിന്റെ പെയിന്റിംഗുകൾ ഇഷ്ടപ്പെട്ടിരുന്നു. അദ്ദേഹത്തിന്റെ പല ചിത്രങ്ങളും അയാൾ വാങ്ങി പ്രദർശിപ്പിച്ചു. ആ വിധം ഗോഗിനുമായി തിയോ ഉണ്ടാക്കിയിരുന്ന സൗഹൃദം തനിക്കു പ്രയോജനപ്പെടുമെന്ന് വിൻസന്റ് കരുതി. മഞ്ഞ വീട്ടിലേക്ക് ഗോഗിനെ ക്ഷണിക്കുമ്പോൾ ഈ വസ്തുതയും വിൻസന്റിനെ സ്വാധീനിച്ചിരുന്നു. "എന്റെ പ്രിയപ്പെട്ട സഖാവ് ഗോഗിൻ" എന്ന് അഭിസംബോധന ചെയ്തുകൊണ്ട് വിൻസന്റ് അയച്ച കത്തിൽ പ്രധാനമായും പ്രതിപാദിച്ചത് മഞ്ഞ വീടിനെപ്പറ്റിയായിരുന്നു.

"അർലിസിൽ നാലു മുറികളുള്ള ഒരു വീട് ഞാൻ വാടകയ്ക്കെടുത്ത വിവരം താങ്കൾ അറിഞ്ഞിരിക്കുമല്ലോ. രണ്ടാഴ്ചകൾക്കൊരിക്കൽ മാത്രം വേശ്യാലയം സന്ദർശിക്കുകയെന്നത് പരിമിതപ്പെടുത്തി, ചിത്രരചനയിൽ

കൃഷിക്കാരി

ശ്രദ്ധ കേന്ദ്രീകരിച്ചിരിക്കുന്ന എന്നോടൊപ്പം പ്രവർത്തിക്കുന്ന ഒരു ചിത്രമെഴുത്തുകാരന കണ്ടെത്താനാവുമോ എന്ന അന്വേഷണത്തിലാണ്. പ്രതിമാസം ഇരുന്നൂറ്റി അൻപതു ഫ്രാങ്ക് എന്റെ സഹോദരൻ അയച്ചുതരും. അത് നമുക്ക് പങ്കിടാം. എന്നിട്ട് മാസത്തിൽ ഒരു ചിത്രം താങ്കൾ, എന്റെ സഹോദരന് നൽകണം." സൂര്യവെളിച്ചം നിറഞ്ഞതാണ് അർലിസിലെ അന്തരീക്ഷമെന്നും അവിടെ തുറന്ന നിരവധി സ്ഥലങ്ങളുള്ളതിനാൽ അവിടെ ചെന്നിരുന്ന് ചിത്രങ്ങൾ വരയ്ക്കാനുള്ള സൗകര്യവും അന്തരീക്ഷവും ഉണ്ടെന്നും ആ കത്തിൽ വിൻസന്റ് എഴുതി: "ഈ വിധം സ്വതന്ത്രമായി ജീവിക്കുന്നതുവഴി ആരോഗ്യവും മെച്ചപ്പെടും."

ചിത്രരചനയിലേക്ക് മടങ്ങിയ വിൻസന്റ് ഇതിനിടയിൽ പുതിയ ഇതിവൃത്തങ്ങൾ നേടിത്തുടങ്ങിയിരുന്നു. അങ്ങനെയാണ് പുരാതന ഗ്രാമമായ സെയിന്റ്സ് മേരിമാറിൽ മൂന്നാല് ദിവസം താമസിച്ചതും കരയിലിരിക്കുന്ന തോണികളുടെ ചിത്രം വരച്ചതും. മെഡിറ്ററേനിയൻ കടൽത്തീരത്തുള്ള ആ ഗ്രാമത്തിൽ നിന്ന് ട്രാൻസ്കനിലെത്തി. റോൺ നദിയുടെ താഴ്വരയിൽ നൂറ്റമ്പതടി ഉയരമുള്ള മലയിൽക്കയറി ആ ഉയരങ്ങളിൽ ഇരുന്ന് ഏതാനും ചിത്രങ്ങൾ വരച്ചശേഷം, റോൺ നദിക്കരയിലിരുന്ന് രാത്രി ആകാശത്തിന്റെ ചിത്രവും അദ്ദേഹം വരച്ചു. മടങ്ങിയെത്തിയ വിൻസന്റിന്റെ നോട്ടമെത്തിയത് വിളഞ്ഞു പഴുത്തു, കൊയ്യാൻ പാകത്തിലായ ഗോതമ്പു വയലുകളിലായിരുന്നു. "സ്വർണ്ണനിറമാണ് ഗോതമ്പുകൾക്ക്, ചിലപ്പോൾ ചെമ്പു നിറത്തിൽ അവ തിളങ്ങും. വെളിച്ചം പരക്കുന്നതോടെ സ്വർണ്ണം കത്തിത്തുടങ്ങുമ്പോലെ. മഞ്ഞ നിറത്തിലുള്ള സ്വർണ്ണം. സൂര്യാസ്തമനത്തിന്റെ മങ്ങുന്ന പ്രഭയിലും കത്തിനിൽക്കുന്ന സൂര്യവെളിച്ചത്തിലും ജ്വലിക്കുന്ന വയലേലകളെ ചായത്തിൽ അദ്ദേഹം പകർത്തി. കൊയ്ത്തുകാരനെ കാത്തിരിക്കുകയാണെന്ന പ്രതീതി ജനിപ്പിക്കും വിധമായിരുന്നു പഴുത്തു കനത്ത ആ ഗോതമ്പു വയലുകളുടെ ചിത്രം അദ്ദേഹം വരഞ്ഞത്. ആ വയലേലകളിൽ നിന്ന് ചക്രവാളം വരെ നീണ്ടുപരന്നു കിടക്കുന്ന, നിമ്നോന്നതങ്ങളുടെ അലകൾ സൃഷ്ടിക്കുന്ന പരന്ന ഭൂമി ചിത്രത്തിലാക്കുമ്പോൾ "വിശാലമായ ആ ഭൂപരപ്പിൽ അവശേഷിക്കുന്നത് അനശ്വരത" മാത്രമാണെന്ന് വിൻസന്റ് രേഖപ്പെടുത്തി.

ഗോഗിനെ കാത്ത് മഞ്ഞ വീട്

അർലിസിലെ താമസക്കാലത്ത് സ്ത്രീകൾ ഉൾപ്പെടെയുള്ളവരെ മോഡലുകളാക്കാൻ കഴിയുമെന്ന അദ്ദേഹത്തിന്റെ പ്രതീക്ഷ പൊലിഞ്ഞുപോയി. മുൻപൊരിക്കൽ അനുജത്തി വില്ലിന്, "ഇവിടെയുള്ളവർ കാഴ്ചയ്ക്ക് ഭംഗിയുള്ളവരാണെന്ന്" അദ്ദേഹം എഴുതിയിരുന്നു. "പെയിന്റിംഗുകളിൽ നിന്ന് ഇറങ്ങി വരുന്നതുപോലെ നിരവധി സ്ത്രീകളെ

പാദരക്ഷകൾ

നടക്കുന്നതിനിടയിൽ കണ്ടുമുട്ടാറുണ്ട്. ഗോയയുടെയും വെലാസ്ക്വയുടേയും ചിത്രങ്ങളെ ഓർമ്മയിൽ കൊണ്ടുവരുന്ന പെൺകുട്ടികൾ."

മഞ്ഞ വീട്ടിൽ നല്ലൊരു സ്റ്റുഡിയോ സജ്ജമാക്കിയത് മോഡലുകളായി എത്തുന്ന സ്ത്രീകളുടെ സൗകര്യം കൂടി ഉദ്ദേശിച്ചായിരുന്നു. പക്ഷേ, പ്രായമുള്ള ഒരു സ്ത്രീയല്ലാതെ മറ്റാരേയും മോഡലാക്കാൻ വിൻസന്റിന് കിട്ടിയില്ല. ഇടയ്ക്കുവെച്ച് അദ്ദേഹം തന്നെ വിശേഷിപ്പിച്ച 'വൃത്തികെട്ട ഒരു പെൺകുട്ടി' മോഡലാവാൻ എത്തുകയുണ്ടായി. എന്നാൽ, ഒരു മണിക്കൂറിനുശേഷം ഇറങ്ങിപ്പോയ അവൾ മടങ്ങിവന്നില്ല. അവളെ കാത്തിരിക്കുന്നതിനിടയിൽ, യാദൃച്ഛികമായി അവിടെ വന്ന സുവാനോ എന്ന പേരുള്ള അൾജീരിയക്കാരന്റെ പോർ ട്രെയിറ്റ് വരച്ചു. ഏതാണ്ട് മുപ്പതു പെയിന്റിംഗുകൾ ഗോഗിനെ കാത്തിരിക്കുന്നതിനിടയിൽ വിൻസന്റ് വരച്ചു പൂർത്തിയാക്കി.

"ഞാനൊരു സഞ്ചാരിയാണെന്ന് എപ്പോഴും എനിക്ക് തോന്നിയിട്ടുണ്ട്. ഏതോ ലക്ഷ്യം മുൻനിറുത്തിയുള്ള യാത്ര. യാത്ര ചെയ്ത്, യാത്ര ചെയ്ത് എവിടെയോ എത്തപ്പെടുന്നു. ലക്ഷ്യസ്ഥാനമെന്നത് ഒരു സങ്കല്പമല്ലേ? ഇല്ലെന്നാണ് പലപ്പോഴും എനിക്ക് തോന്നിയിട്ടുള്ളത്. മറ്റൊരുവിധത്തിൽ പറഞ്ഞാൽ മടങ്ങിവരാൻ സാധിക്കാത്ത യാത്ര." ഈ ചിന്തകൾക്കിടയിലാണ് കൊയ്യുന്നവൻ എന്ന് പേരിട്ട വലിയ ഒരു പെയിന്റിംഗ് അദ്ദേഹം വരച്ചു പൂർത്തിയാക്കിയത്.

വിളഞ്ഞു പഴുത്ത ഗോതമ്പു പാടങ്ങളും കൊയ്തുകഴിഞ്ഞ പാടശേഖരങ്ങളും ചിത്രങ്ങളാക്കുന്നതിനിടയിൽ വേശ്യാലയങ്ങൾ കയറിയിറങ്ങുന്നത് പതിവാക്കിയപ്പോഴും മഞ്ഞ നിറത്തിൽ കുളിച്ചു നിൽക്കുന്ന പൂക്കളിൽ നിന്ന് തനിക്ക് മോചനമില്ലെന്ന് വിൻസന്റ് തിരിച്ചറിഞ്ഞു. "ആ പൂക്കളെ ചായത്തിൽ പുനർജ്ജീവിപ്പിക്കാൻ വൈകുന്നതിൽ സ്വയം ഞാൻ കുറ്റപ്പെടുത്തി." അദ്ദേഹമെഴുതി: "നീലാകാശത്തിനു താഴെ മഞ്ഞയും ഇളം ചുവപ്പും കടും ചുവപ്പും ഇടകലർന്ന പൂക്കൾ പ്രദാനം ചെയ്യുന്ന കാഴ്ച എത്രമാത്രം ഹൃദയാഭിരാമമായിട്ടുള്ളതാണ്." "മൊട്ടുകൾ വീണ്ടും പൊട്ടിവിടർന്ന പൂക്കളെ വരച്ചുതുടങ്ങി. അര ഡസൻ സൂര്യകാന്തിപ്പൂക്കൾകൊണ്ട് സ്റ്റുഡിയോ അലങ്കരിക്കാനാണ് ഞാനാഗ്രഹിക്കുന്നത്." പ്രാചീനങ്ങളായ പള്ളിമേടകളിലെ വർണ്ണഭംഗിയുള്ള സ്ഫടിക ജാലകങ്ങളെപ്പോലെ, ആ പൂക്കളുടെ ചിത്രങ്ങൾകൊണ്ട് സ്റ്റുഡിയോയുടെ ഭിത്തികളെ മനോഹരമാക്കാനുള്ള ഉദ്ദേശ്യം ഒരു കത്തിലൂടെ ബർണാഡിനെ അദ്ദേഹം അറിയിച്ചു.

"മഞ്ഞ വീട്ടിലെ അന്തേവാസിയാവാൻ വൈകാതെ ഗോഗിനെത്തും. അതിനു മുൻപേ സ്റ്റുഡിയോ അലങ്കരിക്കണം. അവിടെ മുഴുവൻ സൂര്യകാന്തിപ്പൂക്കൾ." ആ ആഗ്രഹം മുൻനിറുത്തി ചിത്രരചനയിൽ മുഴുകിയപ്പോഴാണ് സൂര്യകാന്തിപ്പൂക്കൾ വരയ്ക്കുന്നത് ദുർഘടം നിറഞ്ഞതാണെന്ന് തനിക്ക് അനുഭവപ്പെട്ടതെന്ന് വിൻസന്റിനെഴുതുന്നത്. "പുലർച്ചെയ്ക്ക് സൂര്യനുദിക്കുമ്പോഴേക്കും സൂര്യകാന്തിപ്പൂക്കളുടെ ചിത്രരചനയിൽ മുഴുകിത്തിടങ്ങിയിരുന്നു. പെട്ടെന്ന് അവയുടെ നിറം മങ്ങുന്നതിനാൽ എല്ലാം എത്രയും വേഗത്തിലാക്കേണ്ടി വന്നു." തിയോയെ വിൻസന്റ് അറിയിച്ചു. "ശിരസ്സിൽ സൂര്യനും ഹൃദയത്തിൽ ഇടിമുഴക്ക"വുമായി മരണമടഞ്ഞ ഡെൽക്രോയിയേയായിരുന്നു ഇക്കാര്യത്തിൽ വിൻസന്റ് ഓർമ്മിപ്പിച്ചത്. ചിത്രം വരയ്ക്കുമ്പോൾ പ്രമേയത്തെ സ്നേഹപൂർവ്വം വശപ്പെടുത്തി കീഴടക്കുന്നതിനു പകരം അവയെ ബലാൽക്കാരം ചെയ്യുന്നതുപോലെയാണ് വിൻസന്റ് ചിത്രങ്ങൾ വരയ്ക്കുന്നതെന്ന് ഒരു ചിത്രകാരൻ വിശേഷിപ്പിക്കാൻ കാരണം ചിത്രം വരയ്ക്കുമ്പോൾ അദ്ദേഹം പ്രകടിപ്പിച്ചിരുന്ന വികാരതീവ്രതയായിരുന്നു. "പുകയും വലിച്ച് കിടക്കയിൽ അലസമായി കിടന്ന് സ്വപ്നത്തിൽ വരയ്ക്കുന്നതുപോലെയല്ല ചിത്രരചന"യെന്ന് അദ്ദേഹം വിശദീകരിച്ചിട്ടുള്ളതാണ്. ശ്വസിക്കുകയും ഉറങ്ങുകയും ചെയ്യുന്നതുപോല സ്വാഭാവികമായ പ്രവർത്തിയായിരുന്നു വിൻസന്റിന് ചിത്രരചന.

"അപൂർവ്വം അവസരങ്ങളിൽ ഞാൻ ആവേശഭരിതനാകുന്നു. അതുണ്ടാക്കുന്ന തിരത്തള്ളലിൽ ഞാൻ ഒഴുകിപ്പോകും. ഉന്മാദിയേയോ മദ്യപാനെയോ ഓർമ്മിപ്പിക്കുന്നതാണ് ചിത്രരചനയിൽ മുഴുകുമ്പോഴുണ്ടാകുന്ന മാനസികാവസ്ഥ."

അദ്ധ്വാനം

ആറടി പൊക്കമുള്ള പോസ്റ്റുമാൻ റൂലന്റേയും അയാളുടെ ഭാര്യയുടെയും പോർട്രെയിറ്റുകൾക്കു പുറമെ മുൻപ് വരച്ച ബൈബിൾ എന്ന ചിത്രത്തെ ഓർമ്മിപ്പിക്കുന്നതായിരുന്നു അദ്ദേഹം വരച്ച ബെഡ്റൂം.

ഈശ്വരനിലെത്താൻ നക്ഷത്രരാത്രി

യേശുവിലേക്കും ക്രൈസ്തവ വിശ്വാസത്തിലേക്കും മടങ്ങുന്നത് ആശ്വാസം നൽകുന്നതാണെന്ന വിചാരം ഈ സാഹചര്യങ്ങളിൽ വിൻസന്റിൽ ശക്തിപ്പെടുകയുണ്ടായി. 'ക്രൈസ്റ്റ് ഇൻ ഗാർഡൻ' വരച്ച ശേഷം നക്ഷത്ര രാത്രിയെന്ന സങ്കല്പത്തെ പെയിന്റിംഗിലൂടെ സാക്ഷാത്കരിക്കുന്നതിനായി അദ്ദേഹം ശ്രമിച്ചു. “നമ്മോടുള്ള ഈശ്വരന്റെ കാരുണ്യവും സ്നേഹവും പ്രദർശിപ്പിക്കുന്നവയാണ്, രാത്രികളിൽ ആകാശത്തു തിളങ്ങുന്ന നക്ഷത്രങ്ങളെന്ന്” അമ്മ അന്ന പറയാറുള്ളത് വിൻസന്റ് ഓർമ്മിച്ചിരുന്നു. “അന്ധകാരത്തിൽ നിന്ന് മോചിപ്പിക്കാമെന്ന ഈശ്വരന്റെ വാഗ്ദാനം ആവർത്തിക്കുക മാത്രമല്ല, പ്രതിസന്ധികൾക്കു പകരം നല്ല കാര്യങ്ങൾ നൽകാമെന്ന് നക്ഷത്രങ്ങൾ നമ്മോട് മൗനമായി പറയുന്നു.” താരനിബിഡമായ ആകാശവും നോക്കി തന്റെ പിതാവ്, രാത്രി വൈകിയ ശേഷം നടക്കാറുണ്ടായിരുന്നത് വിൻസന്റ് ഓർമ്മിച്ചു. ''നക്ഷത്രങ്ങൾ നിറഞ്ഞ ആകാശം പ്രിയപ്പെട്ടവരെയാണ് ഓർമ്മിപ്പിക്കുന്നത്” സഹോദരി ലീ പറയുമായിരുന്നു.

മുൻപ് ആംസ്റ്റർ ഡാമിൽ പുഴവക്കത്തുകൂടി നടക്കുമ്പോഴെല്ലാം നക്ഷത്രങ്ങളിലൂടെ ഈശ്വരൻ സംസാരിക്കുന്നത് വിൻസന്റ് കേട്ടിരുന്നു. അതും ഒരു കാരണമായി. “ആശിസ്സുകൾ വർഷിക്കുന്ന രാത്രികളിൽ ഈശ്വരന്റെ ശബ്ദമായി മാറിയ നക്ഷത്രങ്ങളെ ക്യാൻവാസിലെത്തിക്കാനുള്ള ശ്രമത്തിന്. 'എനിക്കൊരു നക്ഷത്ര രാത്രി' വേണമെന്ന് തിയോയെഴുതിയതിന് പിന്നാലെ 'താരനിബിഡമായ രാത്രി' വരയ്ക്കാനുള്ള മോഹം ബർണാഡിനെ വിൻസന്റ് അറിയിച്ചു. കടൽത്തീരത്തിലൂടെ ഒരു രാത്രി ഉലാത്തുന്നതിനിടയിലായിരുന്നു ഇനി ആ ചിത്രത്തിന്റെ രചന മാറ്റിവെയ്ക്കാനാവില്ലെന്ന തോന്നൽ വിൻസന്റിൽ ദൃഢമായത്. “ആഴത്തിലുള്ള നീലനിറത്തിനിടയിൽ മേഘങ്ങൾ നിറഞ്ഞ ആകാശത്തിൽ ജ്വലിക്കുന്ന നക്ഷത്രങ്ങളിൽ നീലനിറവും മഞ്ഞനിറവും ഇളം ചുവപ്പു നിറവും ലയിച്ചു ചേർന്നിരിക്കുകയാണെന്ന വിചാരം ഹൃദയത്തെ ആഴത്തിൽ സ്പർശിക്കുന്നതാണ്.” സെപ്റ്റംബർ ആദ്യദിവസങ്ങളിൽ കടൽക്കരയിലെത്തിയ വിൻസന്റ് ആ വികാരത്തിന്റെ പിടിയിലായിരുന്നു. നീണ്ട രാത്രികൾ അദ്ദേഹം, അവിടെ ചെലവിട്ടു. ഏതാണ്ട് ഒരു മാസക്കാലം.

''വൈകാതെ ഞാൻ വരുന്നു”വെന്ന് ഒക്ടോബറിൽ തിയോയുടെ കത്തു കിട്ടിയതിനു പിന്നാലെ “മാസാവസാനം ഞാൻ അർലിസി”ലെത്തുമെന്ന ഗോഗിന്റെ സന്ദേശം വിൻസന്റിനെ ആഹ്ലാദവാനാക്കി. വിൻസന്റ്

ആവശ്യപ്പെട്ടതനുസരിച്ചെന്നു രേഖപ്പെടുത്തിയ ഒരു പോർട്രെയിറ്റ് തിയോയ്ക്ക് ഗോഗിൻ അയച്ചുകൊടുക്കുകയുണ്ടായി. "ഒടുവിൽ നല്ല തെന്തോ സംഭവിച്ചു തുടങ്ങുകയാണെന്ന്" സന്തോഷിച്ച ജ്യേഷ്ഠനെ പുതിയ സംഭവവികാസത്തിലുള്ള ആശങ്ക തിയോ അറിയിച്ചു.

ഗോഗിന്റെ ചിത്രരചനാശൈലി

ഇംപ്രഷണനിസം ഉപേക്ഷിച്ച് സിംബോളിസത്തിലേക്കുള്ള പകർന്നാട്ടത്തിനു അരങ്ങൊരുക്കുകയാണ് തന്റെ ദൗത്യമെന്നു ആവർത്തിച്ചിരുന്ന ഗോഗിൻ പുതിയ അനുഭവങ്ങൾക്കായി സ്നേഹിതനും ശിഷ്യനുമായ ചാറത്സ് ലാവൽ എന്ന ചെറുപ്പക്കാരനായ ചിത്രകാരനുമായി കടലിനക്കരെയുള്ള മാർട്ടിനിക്കേയിൽ പോയി ഏതാനും മാസങ്ങൾ അവിടെ ചെലവിട്ടിരുന്നു. അതിനിടയിൽ തന്റെ വേരുകൾ പെറുവിലാണെന്നു കണ്ടെത്തിയ അദ്ദേഹം അവിടെപ്പോയി. പനാമ സിറ്റിയിൽ ഒരു ബന്ധുവിനെ കണ്ടെത്തിയെങ്കിലും അവിടെ തുടരുക അസാദ്ധ്യമാണെന്ന് മനസ്സിലാക്കി മടങ്ങിയ അദ്ദേഹം വേരുകൾ കണ്ടെത്താനുള്ള ഉദ്യമം ഉപേക്ഷിച്ച് തന്റെ ചിത്രങ്ങളെ പ്രഹേളികാരൂപത്തിലാക്കാനുള്ള യത്നങ്ങളിൽ വ്യാപൃതനാവുകയുണ്ടായി. "അവ കൂടുതൽ ആത്മീയവും ഗൂഢാത്മകവുമാകണം." പിസ്സാറേയും സെസാനും സൂററ്റും അടിത്തറ

ആശുപത്രി

ഉറപ്പിച്ച ഇംപ്രഷണിസത്തെ നിരാകരിക്കുകയാണ് താൻ ആവിഷ്കരിക്കുന്ന സിംബോളിസത്തിന്റെ ലക്ഷ്യമെന്നു ഗോഗിൻ പറഞ്ഞിരുന്നു.

തിയോയുടെ അഭ്യർത്ഥന മാനിച്ച് അർലിസിൽ കുറച്ചുകാലം ചെലവിടാനുള്ള ഗോഗിന്റെ തീരുമാനത്തെ വിലമതിക്കാനാവാത്ത സാഹോദര്യത്തിന്റെ പ്രതീകമായി വിൻസന്റ് വിശേഷിപ്പിച്ചിരുന്നു. എന്നാൽ, അത്തരം വൈകാരികതകളെ നിരാകരിച്ച ഗോഗിൻ 'ഒരു മത്സരമാണി'തെന്ന് തുടക്കത്തിലേ വിശേഷിപ്പിച്ചിരുന്നു. അതിന്റെ സൂചന നൽകുന്നതായിരുന്നു മഞ്ഞ വീട്ടിലേക്കുള്ള അദ്ദേഹത്തിന്റെ പ്രവേശനം. രോഗവിവശനായ ഒരാളെ കാത്തിരുന്ന വിൻസന്റിനെ അദ്ഭുതപരതന്ത്രനാക്കിയതായിരുന്നു, അരോഗദൃഢഗാത്രനായ ഊർജ്ജവും പ്രസരിപ്പും നിറഞ്ഞ ഗോഗിൻ "എന്നേക്കാൾ എത്ര ആരോഗ്യവാനാണ്" ഗോഗിന്റെ ആഗമന വിവരമറിയിച്ചുകൊണ്ട് തിയോയ്ക്ക് വിൻസന്റെഴുതി.

മഞ്ഞ വീട്ടിൽ താമസം തുടങ്ങിയ ആദ്യനാൾ മുതലേ വിൻസന്റുമായി തനിക്ക് പൊരുത്തപ്പെടാനാവില്ലെന്ന് ഗോഗിൻ സൂചന നൽകിയിരുന്നു. എന്നാൽ, പതുക്കെ അതെല്ലാം മാറി, തന്റെ സ്വപ്നമായ കൂട്ടായ്മ സഫലമാക്കാൻ അദ്ദേഹം സഹകരിക്കുമെന്ന് വിൻസന്റ് വിശ്വസിച്ചു. യാതൊരു അടിസ്ഥാനവുമില്ലാത്തതായിരുന്നു ആ വിശ്വാസം. വീടിനു പുറത്തുപോയി ചിത്രരചനയ്ക്ക് അനുയോജ്യമായ ഇടങ്ങൾ കണ്ടെത്തുന്നതിൽ നിന്ന് തുടങ്ങുന്നതായിരുന്നു അവർ തമ്മിലുള്ള വിയോജിപ്പ്. ക്രൗവിലെ വറ്റിവരണ്ട ഇടങ്ങളിൽ പോകാമെന്ന വിൻസന്റിന്റെ നിർദ്ദേശം അവഗണിച്ച ഗോഗിൻ തെരഞ്ഞെടുത്തത്, അർലിസിന്റെ റൊമാന്റിക് ഹൃദയമെന്ന് കരുതിയിരുന്ന ആലിസ് ക്യാമ്പസ്സായിരുന്നു. വസന്തത്തിന്റെ സൗന്ദര്യം നിറഞ്ഞ ആ സ്ഥലത്തിന് ചരിത്രപ്രാധാന്യമുണ്ടായിരുന്നു.

ഓർമ്മയിൽ നിന്നു വേണം പെയിന്റിംഗുകൾ സൃഷ്ടിക്കേണ്ടതെന്ന ഗോഗിന്റെ അഭിപ്രായവും ചിത്രകലയെ സംബന്ധിച്ച വിൻസന്റിന്റെ സമീപനത്തെയും വീക്ഷണത്തേയും ചോദ്യം ചെയ്യുന്നതായി. മഞ്ഞ വീടിനടുത്തു താമസിക്കുന്ന ഹോട്ടലുടമയായ ജോസഫ് ഗിനോക്സിന്റെ നാല്പതുകാരിയായ ഭാര്യയെ ഗോഗിൻ വശീകരിച്ചത്, വരാൻ പോകുന്ന കൊടുങ്കാറ്റുകളുടെ കേളികൊട്ടാണെന്ന് വിൻസന്റ് തിരിച്ചറിഞ്ഞു. അണിഞ്ഞൊരുങ്ങി സ്റ്റുഡിയോയിലെത്തിയ ആ മദ്ധ്യവയസ്കയ്ക്കു പുറമെ അർലിസിലെ പല സ്ത്രീകളും ഗോഗിന്റെ കാടത്തത്തിനു കീഴടങ്ങുകയുണ്ടായി.

മഞ്ഞ വീട്ടിലെ അന്തരീക്ഷവുമായി ഇണങ്ങാൻ കഴിയാത്തതിനു പ്രധാന കാരണം, കാറ്റും വെളിച്ചവുമില്ലാത്ത മുറികൾക്കു പുറമെ ഇടുങ്ങിയ ഇടങ്ങളുമായിരുന്നുവെന്ന് ഗോഗിൻ പരാതിപ്പെട്ടു. തന്റെ സ്നേഹിതന്റെ സൗഖ്യത്തിനായി പ്രത്യേക കിടക്കയും വിരിയും വിൻസന്റ് കരുതിയിരുന്നു. അതൊന്നും ഇഷ്ടമായില്ലെന്ന് അവ എടുത്തുകളഞ്ഞതു വഴി ഗോഗിൻ സ്പഷ്ടമാക്കി.

ദിവസച്ചെലവിന്റെ കാര്യത്തിൽപ്പോലും വിൻസന്റിന്റെ രീതികൾ അദ്ദേഹത്തിന് സ്വീകാര്യമായില്ല. മേശപ്പുറത്ത് ഒരു നോട്ട് ബുക്ക് സൂക്ഷിച്ച് ദിവസച്ചെലവ് രേഖപ്പെടുത്തണമെന്ന ഗോഗിന്റെ നിർദ്ദേശം മനസ്സില്ലാ മനസ്സോടെ അനുസരിച്ചത് അതിന്റെ പേരിൽ കലഹിച്ചു പിരിയാതിരിക്കാനായിരുന്നുവെന്ന് തിയോയെ വിൻസന്റ് അറിയിച്ചു! എല്ലാത്തിനുമുപരി, തിയോയുടെ ഗാലറിയിൽ പ്രദർശിപ്പിച്ചിരുന്ന ഗോഗിന്റെ പെയിന്റിംഗുകൾ ആകർഷകമായ വിലയ്ക്ക് വിറ്റിരുന്നുവെന്ന വിവരം വിൻസന്റിനെ മാനസികമായി ശല്യപ്പെടുത്തുന്നതായി. അപ്പോൾ അദ്ദേഹം തിയോയ്ക്കെഴുതി: "എന്റെ പെയിന്റിംഗുകൾ ഗാലറിയിൽ പ്രദർശിപ്പിക്കരുത്. ആരും അവ വാങ്ങുകയില്ല. അതിനാൽ സ്വകാര്യ ശേഖരത്തിൽ അവ സൂക്ഷിക്കുന്നതാണ് നല്ലത്."

സ്ഥിതിഗതികൾ നിയന്ത്രണാതീതമാകുമെന്ന് ഇരുവർക്കും തോന്നിത്തുടങ്ങിയപ്പോഴാണ്, "പാരീസിലേക്ക് എനിക്ക് മടങ്ങാനുള്ള സമയമായിയെന്ന്" ഗോഗിൻ വിൻസന്റിനെ അറിയിക്കുന്നത്. നേരത്തെ മടങ്ങാൻ ആഗ്രഹിച്ചിരുന്നതായി ബർണാർഡിനെഴുതിയ കത്തിൽ, "പുഴയിൽ നിന്ന് കരയിൽ തെറിച്ചുവീണ മീനിനെപ്പോലെയാണ് താനെന്ന്" ഗോഗിൻ വിശേഷിപ്പിച്ചിരുന്നു. തുടർന്ന് ഗോഗിൻ ഇങ്ങനെ എഴുതി: "ഞാൻ പെയിന്റു ചെയ്തു തുടങ്ങുമ്പോഴായിരിക്കും എന്തെങ്കിലും പറഞ്ഞ് വാക്കുതർക്കത്തിന് വിൻസന്റെത്തുക. അതിൽനിന്ന് രക്ഷപ്പെടാൻ താൽക്കാലികമായി ഒരു വഴി ഞാൻ കണ്ടുപിടിച്ചു. അയാൾക്കു വരയ്ക്കാനുള്ള ഇടം അടുക്കളയാണെന്ന് തീരുമാനിച്ചു. എങ്കിലും അതുകൊണ്ടൊന്നും അവസാനിക്കുന്നതായിരുന്നില്ല അയാളുടെ ഇടപെടലുകൾ. അത്താഴത്തിനിരിക്കുമ്പോഴും രാത്രി ഉറങ്ങാൻ കിടക്കുമ്പോഴും അയാൾ എന്തെങ്കിലും പറഞ്ഞു ശല്യമുണ്ടാക്കുന്നത് പതിവായിരിക്കുകയാണ്."

തൊഴിലാളി

ചിത്രരചനയുടെ കാര്യത്തിലായാലും മറ്റുള്ളവരോടുള്ള പെരുമാറ്റത്തിലായാലും ധ്രുവ വ്യത്യാസമുള്ളവരായിരുന്നു അവർ. വിൻസന്റിന് അതിൽ യാതൊരു സംശയവുമില്ലായിരുന്നു. എന്നാൽ, ഏറെ കാത്തിരിപ്പിനുശേഷം തന്നോടൊപ്പം മഞ്ഞ വീട്ടിൽ താമസിക്കാനെത്തിയ ഗോഗിനുമായി വ്യക്തിപരമായ ഇഷ്ടാനിഷ്ടങ്ങളുടെ പേരിൽ കലഹിച്ചു പിരിയാതിരിക്കാൻ അദ്ദേഹം പരമാവധി പരിശ്രമിച്ചിരുന്നു. അതു നടന്നില്ല. തന്നെ പക്ഷേ ഉപേക്ഷിച്ച് ഗോഗിൻ മടങ്ങുമെന്ന വിചാരം വിൻസന്റിനെ തളർത്തുകയുണ്ടായി. "അയാളുടെ പെരുമാറ്റം വിചിത്രമായിട്ടുള്ളതാണ്." ബെർണാഡിനോട് ഗോഗിൻ ഇങ്ങനെ വിശദീകരിച്ചു: "പൊടുന്നനെയായിരിക്കും അയാളിൽ മാറ്റങ്ങൾ ഉണ്ടാവുന്നത്. സന്തോഷത്തോടെ പെരുമാറുന്നതിനിടയിൽ അപ്രതീക്ഷിതമായി ദേഷ്യവും നീരസവും അയാളിൽ പതഞ്ഞുപുകയും. അതുകൊണ്ടു രാത്രി ഉറങ്ങാൻ പോകുന്നതുപോലും പേടിച്ചാണ്."

കലുഷമായ ദിവസങ്ങൾ

ക്രിസ്തുമസ്സിനു മുൻപിലത്തെ ഞായറാഴ്ച വിൻസന്റിന് മറക്കാനാവാത്ത അനുഭവമായി. പതിവുപോലെ പുറത്തു നടക്കാനിറങ്ങിയ ഗോഗിൻ മഞ്ഞവീടും അതുവഴി അർലിസും ഉപേക്ഷിക്കുമോയെന്ന

മായാത്ത പ്രകൃതിക്കാഴ്ച

ഉൽക്കണ്ഠയിലായിരുന്നു അപ്പോൾ വിൻസന്റ്. തൊട്ടു മുൻപുള്ള ദിവസങ്ങൾ കലഹങ്ങളാൽ കലുഷിതങ്ങളായിരുന്നു. മോശപ്പെട്ട കാലാവസ്ഥമൂലം രണ്ടുപേർക്കും വീടുവിട്ട് പുറത്തിറങ്ങാനായില്ല.

ഒഴിഞ്ഞ ഇരിപ്പിടം

റൂലന്റെ ഭാര്യയെ മോഡലാക്കി വരച്ച പോർട്രെയിറ്റിൽ വിൻസന്റ് അസ്വസ്ഥനാണെന്ന് ഗോഗിനറിയാമായിരിക്കും. അതുകൊണ്ട് തന്നെ അതേപ്പറ്റി സംസാരിച്ച് വിൻസന്റിനെ ശല്യപ്പെടുത്തി സ്വയം രസിക്കുകയായിരുന്നു ഗോഗിൻ. പെട്ടെന്ന് വിൻസന്റ് ബഹളമുണ്ടാക്കും. ഗോഗിന്റെ സ്നേഹരാഹിത്യത്തെപ്പറ്റിയായിരുന്നു അപ്പോൾ അദ്ദേഹം പരാതിപ്പെടുന്നത്. ഉച്ചത്തിൽ കോപാകുലനായി എന്തെങ്കിലും വിളിച്ചു പറഞ്ഞുകൊണ്ടിരിക്കും. വിൻസന്റിന് ആത്മനിയന്ത്രണം കൈമോശം വന്നാൽ അത് അനാവശ്യമായ രംഗങ്ങൾക്ക് വഴിതെളിച്ചേക്കുമെന്ന ആശങ്കയായിരുന്നു വീടിനു പുറത്തിറങ്ങി നടക്കാൻ ഗോഗിനെ അപ്പോൾ പ്രേരിപ്പിച്ചത്. ശാരീരികമായ രക്ഷ അപകടത്തിലാവാതിരിക്കാനുള്ള മുൻകരുതൽ കൂടിയായിരുന്നു അതെന്ന് അപ്പോൾ വിൻസന്റ് സംശയിച്ചിരിക്കണം. അതൊന്നുമല്ല, എന്തെങ്കിലും സാധനങ്ങൾ വാങ്ങാനോ, പതിവായി സന്ദർശിക്കാറുള്ള ലാ ഗാറേ കഫേയിൽ പോകാനോ അല്ലെങ്കിൽ മഞ്ഞ വീടിനു അല്പം അകലെയുള്ള വേശ്യാലയത്തിലെ തന്റെ പ്രിയപ്പെട്ടവളെ സന്ദർശിക്കാനോ ആയിരിക്കാം ഗോഗിൻ പുറത്തിറങ്ങിയതെന്ന് വിൻസന്റ് ഊഹിച്ചു. എങ്കിലും പെട്ടെന്ന് വീട്ടിൽ നിന്നിറങ്ങി അയാൾ പോയതിൽ അദ്ദേഹം അപകടം മണത്തു. ഗോഗിൻ തന്നെ ഉപേക്ഷിക്കുകയാണോ? വിൻസന്റിനു പരിഭ്രമമായി. അപ്പോഴേക്കും ഗോഗിൻ അവിടെ താമസം തുടങ്ങിയിട്ട് ഒൻപതു ആഴ്ചകൾ പൂർത്തിയായിരുന്നു.

വീട്ടിൽ നിന്നിറങ്ങി പാർക്കിനടുത്തുള്ള വഴിയിലൂടെ നടക്കുകയായിരുന്ന ഗോഗിൻ പിന്നിലൂടെ ആരോ തിരക്കിട്ട് നടന്നുവരുന്ന ശബ്ദം കേട്ട് തിരിഞ്ഞുനോക്കി. "വിൻസന്റ് എന്റെ പിന്നിലൂടെ ഓടിവരികയായിരുന്നു." ആ സംഭവത്തെപ്പറ്റി സ്നേഹിതനോട് പിന്നീട് ഗോഗിൻ വിശദീകരിച്ചു. "ഞാൻ തിരിഞ്ഞു നോക്കി. കുറേ ദിവസങ്ങളായി അയാളുടെ പെരുമാറ്റം

വളരെ വിചിത്രമായിരുന്നു. അതുകൊണ്ട് എനിക്കയാളെ വിശ്വസിക്കാനാ വുമായിരുന്നില്ല." "നിങ്ങൾ പോവുകയാണോ?" എന്ന വിൻസന്റിന്റെ ചോദ്യ ത്തിന് "അതേ" എന്നായിരുന്നു ഗോഗിന്റെ മറുപടി. അതുകേട്ട് വിൻസന്റ് മടങ്ങി.

പിന്നീടുണ്ടായ സംഭവങ്ങൾ വളരെ നാടകീയമായിട്ടുള്ളതായിരുന്നു. കഠിനമായ വൈകാരിക സമ്മർദ്ദത്തിലായ വിൻസന്റ് വീട്ടിൽ മടങ്ങി യെത്തി. വാഷ് സ്റ്റാൻഡിൽ നിന്ന് കത്തിയെടുത്തു. ഒരു നിമിഷം കൊണ്ട് തുടച്ചശേഷം, മുറിച്ചെടുത്ത ചെവി കടലാസിൽ പൊതിഞ്ഞ് പുറത്തി റങ്ങി. സ്നേഹത്തിന്റെ വിലയായി താൻ സന്ദർശിക്കാറുള്ള 'റൂ ദ ബൗട്ട്' എന്നറിയപ്പെടുന്ന വേശ്യാലയത്തിൽച്ചെന്ന് 'ഗാബി'യെ കാണണമെന്ന് കാവൽക്കാരനോട് വിൻസന്റ് ആവശ്യപ്പെട്ടു. ഗോഗിന്റെ പ്രിയപ്പെട്ട റേച്ച ലിനെ ഗാബിയെന്നായിരുന്നു വിളിച്ചിരുന്നത്.

കാവൽക്കാരൻ പ്രവേശനം നിഷേധിച്ചു. അപ്പോൾ താൻ കൊണ്ടു വന്ന പൊതി അയാളെ ഏല്പിച്ചിട്ട് "എന്നെ മറക്കരുത്" എന്ന് പറഞ്ഞ് അത് ഗോഗിനു കൊടുക്കാൻ ഏർപ്പാടാക്കിയിട്ട് മഞ്ഞ വീട്ടിലേക്ക് വിൻസന്റ് മടങ്ങി.

അതിനുശേഷം, എത്രയോ വർഷങ്ങൾ പിന്നിട്ടു. പൊതുജന മനസ്സിൽ വേരോടിയ ആ സംഭവം യഥാർത്ഥമല്ലായിരുന്നുവെന്നും അതൊരു

ഗോതമ്പ് പാടം

ഏകാന്തത

കെട്ടുകഥയായിരുന്നുവെന്നും ദീർഘകാലത്തെ അന്വേഷണങ്ങൾക്കു ശേഷം, ജർമൻകാരായ രണ്ടു കലാചരിത്രകാരന്മാർ എഴുതിയിട്ടുണ്ട്. "വാൻ ഗോയുടെ ചെവി: പോൾ ഗോഗിനും മൗനത്തിന്റെ സഖ്യവും" എന്ന ശീർഷകത്തിൽ ഹാൻസ് കാഫ്മാനും റീത്ത വൈൽഡ് ഗാൻസും ചേർന്നെഴുതിയ കൃതിയിലാണ് പൊതുവിശ്വാസത്തെ ചോദ്യം ചെയ്യുന്ന നിഗമനത്തിലെത്തിയിരിക്കുന്നത്.

ഈ നിഗമനം യഥാർത്ഥമാണെന്ന് വിശ്വസിക്കാവുന്നതിനുള്ള പ്രധാന ആധാരം എന്തും സഹിക്കാനുള്ള വിൻസന്റിന്റെ മനോഭാവമാണ്. ജീവിതം മുഴുവൻ, മുപ്പത്തിയേഴാമത്തെ വയസ്സിൽ മരണമടയുന്നതുവരെ

ചെമ്പൻമുടിക്കാരനായ ഭ്രാന്തനെന്ന് പലരും പരിഹസിച്ചിരുന്ന ആ ചിത്രമെഴുത്തുകാരൻ അനുഭവിച്ച സങ്കടങ്ങൾ, ദുരിതങ്ങൾ, യാതനകൾ അസാധാരണങ്ങളായിരുന്നു. അവയെല്ലാം അനുഭവിക്കാൻ താൻ ബാദ്ധ്യസ്ഥനാണെന്നു മാത്രമല്ല, അതിൽ അദ്ദേഹം ആരോടും പരാതിപ്പെട്ടിരുന്നുമില്ല. ചിത്രമെഴുത്തു മാത്രമായിരുന്നു വിൻസന്റിന് ജീവിതം. മറ്റെല്ലാം അതിനു പുറത്തുള്ളതായിരുന്നു.

1888 ഡിസംബർ ഇരുപത്തിമൂന്നാം തീയതി രാത്രിയുണ്ടായ ഉന്മാദത്തിന്റെ ആക്രമണത്തിൽപ്പെട്ട് സ്വന്തം ചെവി മുറിച്ചതിനെത്തുടർന്നുണ്ടായ രക്തസ്രാവമാണ് 'സൂര്യകാന്തിപ്പൂക്കളും' 'പൊട്ടറ്റോ ഈറ്റേഴ്സും' വരച്ച ഡച്ചുകാരനായ ആ ചിത്രമെഴുത്തുകാരനെ ആത്യന്തികമായി മരണത്തിലെത്തിച്ചതെന്നാണ് പൊതുവെ വിശ്വസിക്കുന്നത്. എന്നാൽ ഹാംബർഗ് (ജർമനി)കാരും കലാനിരൂപകരുമായ കാഫ്മാനും ഗാൻസും ചേർന്നു നടത്തിയ അന്വേഷണങ്ങൾക്കൊടുവിൽ, വളരെ വ്യത്യസ്തമായ നിഗമനമാണ് ആ പുസ്തകത്തിലൂടെ അവതരിപ്പിച്ചിരിക്കുന്നത്.

സമർത്ഥനായൊരു വാൾപ്പയറ്റുകാരൻ കൂടിയായിരുന്നു ചിത്രമെഴുത്തുകാരനായ പോൾ ഗോഗിൻ. ഏതാനും ദിവസത്തെ താമസത്തിനുശേഷം, വിൻസന്റിനോട് യാത്ര പറയാതെ അദ്ദേഹം മഞ്ഞ വീട്ടിൽ നിന്ന് പുറത്തിറങ്ങി നടന്നു. വസ്ത്രങ്ങൾ നിറച്ച പെട്ടിയും കയ്യിൽ, സ്ഥിരമായി

ഒറ്റയ്ക്ക് ഒരു യാത്ര

കൃഷിക്കാരൻ

കൊണ്ടുനടക്കാറുള്ള വാളുമായി നടക്കുകയായിരുന്ന അദ്ദേഹത്തിന്റെ പിന്നാലെ വരികയായിരുന്നു അപ്പോൾ വിൻസന്റ്. നേരത്തെ വഴക്കിനിടയിൽ ഗോഗിന് നേർക്ക് അദ്ദേഹം ഒരു ഗ്ലാസ്സെടുത്തെറിഞ്ഞിരുന്നു. അന്യോന്യം കുറ്റപ്പെടുത്തിക്കൊണ്ട് നടന്ന് ബോർദെല്ലോ (വേശ്യാലയം) യിലെത്തിയപ്പോഴേക്കും വഴക്ക് തീക്ഷ്ണമായി. കോപാവിഷ്ടനായ ഗോഗിൻ വാൾ വീശി വിൻസന്റിന്റെ ഇടത്തെ ചെവി മുറിച്ചു. ഒരുപക്ഷേ,

വിൻസന്റിൽ നിന്ന് ആക്രമണമുണ്ടാകുമെന്ന ഭയത്തിൽ സ്വയരക്ഷയ്ക്കു വേണ്ടിയായിരിക്കാം അദ്ദേഹം അങ്ങനെ ചെയ്തത്. ചെവി വെട്ടിയ യുടനെ, അടുത്തുള്ള റോൺപുഴയിലേക്ക് ഗോഗിൻ വാളെടുത്തെറിഞ്ഞു. അറ്റുവീണ ചെവി അഭിസാരികയ്ക്കു കൊടുത്തിട്ട് കവിളിൽ നിന്ന് വാർന്നൊഴുകുന്ന ചോരയുമായി വിൻസന്റ് മടങ്ങി. അടുത്ത ദിവസമാണ്, അവശനായ വിൻസന്റിനെ പൊലീസ് കണ്ടെത്തിയത്. വിൻസന്റുമായി പിണങ്ങി ഗോഗിൻ അർലിസ് വിട്ടുപോയതായി പൊതുവെ കരുതുന്നത് ശരിയല്ലെന്നും സംഭവത്തിനുശേഷവും ഗോഗിൻ മഞ്ഞ വീട്ടിലുണ്ടായി രുന്നുവെന്നും അപ്പോൾ താൻ ആരെയും ഇക്കാര്യം അറിയിക്കില്ലെന്ന് വിൻസന്റ് ഉറപ്പ് നൽകിയതായും മൗനത്തിന്റെ സഖ്യത്തിൽ അവർ എത്തിച്ചേർന്നതായുമാണ് പുതിയ കണ്ടെത്തൽ.

എന്നാൽ വിൻസന്റിന്റെ ചെവി മുറിച്ച സംഭവത്തിൽ നിന്ന് ഗോഗിനെ പൂർണ്ണമായി കുറ്റവിമുക്തനാക്കുന്നതാണ് ബെർണാദത്തെ മർഫിയുടെ കണ്ടെത്തൽ. റേസർ ബ്ലേഡ് കൊണ്ട് ഇടതുവശത്തെ ചെവിയുടെ ഒരറ്റം മാത്രമല്ല ആ ചെവി മുഴുവൻ മുറിച്ച് ഒരു തുണിക്കഷണത്തിൽ പൊതിഞ്ഞ് “എന്റെ ഓർമ്മയ്ക്കായി ഇതു സൂക്ഷിക്കൂ” എന്നുപറഞ്ഞ് വിൻസന്റ് കൊടുത്തതായാണ് ‘വാൻഗോസ് ഇയർ’ എന്ന കൃതിയിൽ അവർ എഴുതുന്നത്. ആ നിഗമനത്തിലെത്താൻ സഹായിക്കുന്ന തെളി വുകൾ തേടി താൻ നടത്തിയ അന്വേഷണങ്ങൾ ഒരു കുറ്റാന്വേഷണ നോവലിലെന്നപോലെ ഉദ്വേഗജനകമായി ഗ്രന്ഥകർത്രി പ്രതിപാദിക്കുന്നു. പുറമെ മറ്റൊരു രഹസ്യം കൂടി അവർ വെളിപ്പെടുത്തുന്നുണ്ട്. റേച്ചലെന്നും ഗാബിയെന്നും അറിയപ്പെട്ടിരുന്ന പതിനാറുകാരിയുടെ യഥാർത്ഥ നാമ ധേയം ഗബ്രിയേല എന്നായിരുന്നുവെന്നും ഗോഗിനും വിൻസന്റും സന്ദർശിച്ചിരുന്ന വേശ്യാലയത്തിൽ സഹായിയായാണ് അവൾ പ്രവർത്തി ച്ചിരുന്നതെന്നും ആ പെൺകുട്ടിയുടെ ചെറുമകൾ വെളിപ്പെടുത്തി. ഇട ത്തരക്കാരായിരുന്നു അവളുടെ കുടുംബം. അവൾ യുവതിയായിരുന്ന പ്പോൾ എടുത്ത ഒരു ഫോട്ടോ, വയോവൃദ്ധനായ ആ ചെറുമകനെ സന്ദർശിച്ചപ്പോൾ ഗ്രന്ഥകർത്രി കണ്ടിരുന്നു. എന്നാൽ, വിൻസന്റിന്റെ ചെവിയുമായി ബന്ധപ്പെട്ട സംഭവങ്ങളൊന്നും അയാൾ അറിഞ്ഞിരുന്നില്ല.

3 കത്തുകളും നോവലുകളും പിന്നെ സൂര്യകാന്തി പൂക്കളും

തനിക്കു ചുറ്റുമുള്ളവരുടെ ജീവിതം അർത്ഥപൂർണ്ണമാക്കാനും സമൂഹത്തിന് പ്രയോജനകരമായ എന്തെങ്കിലും ചെയ്യാനും സർവ്വോപരി ദുഃഖതപ്തമായ മനസ്സുകൾക്ക് ആശ്വാസം പകരാനും ഉൾക്കടമായ മോഹവുമായാണ് വിൻസന്റ് ജീവിച്ചത്. അതിനായി സ്വന്തം ജീവിതം അദ്ദേഹം സമർപ്പിച്ചു. യേശുക്രിസ്തുവിന്റെ ജീവചരിത്രകാരനായ ഏണസ്റ്റ് റെനാന്റെ നിരീക്ഷണം അതിന് ആധാരമായി വിൻസന്റ് ഉദ്ധരിക്കുമായിരുന്നു. "സന്തോഷഭരിതനായി ജീവിക്കാനോ മാന്യമായി പെരുമാറാനോ മാത്രമല്ല മനുഷ്യൻ സൃഷ്ടിക്കപ്പെട്ടത്. സമൂഹത്തിലൂടെ ഉന്നതങ്ങളായ നേട്ടങ്ങൾ കൈവരിക്കാനും ജീവിതത്തെ അഭിജാതമാക്കാനും വൈകൃതങ്ങളിൽ ഞെട്ടിക്കിടക്കുന്ന വ്യക്തിസത്തയെ മോചിപ്പിച്ച് ഉയർത്താനും മനുഷ്യൻ ബാദ്ധ്യസ്ഥനാണ്." ആ ദൗത്യത്തിൽ വിൻസന്റ് വിജയിച്ചോ? എന്നാൽ, താൻ അർഹിക്കുന്ന ആത്മസംതൃപ്തി അദ്ദേഹത്തിനു നിഷേധിക്കപ്പെട്ടു എന്നത് ചോദ്യം ചെയ്യപ്പെടാനാവാത്ത യാഥാർത്ഥ്യമായി അവശേഷിക്കുന്നു.

നിരാശയിൽ നീറി നീറി ഒടുവിൽ ആപൽക്കരമായി വെടിയേറ്റ് മുപ്പത്തിയേഴാമത്തെ വയസ്സിലായിരുന്നു വിൻസന്റ് മരിക്കുന്നത്. അദ്ദേഹത്തിന് അർഹിക്കുന്ന അംഗീകാരം അപ്പോൾ കിട്ടിയില്ലെന്നു തന്നെയല്ല, അദ്ദേഹത്തിന്റെ അനശ്വര രചനകൾ ആസ്വദിക്കാൻ സമൂഹം തയ്യാറായില്ലെന്നത് ചരിത്രത്തിലെ മായാത്ത കളങ്കമായി നിലനിൽക്കുന്നു. വളരെ ചെറിയ ആ സംഘം മാത്രമാണ്, വിൻസന്റിന്റെ ജീവിതകാലത്ത് അദ്ദേഹത്തിന്റെ ചിത്രരചനകൾ അംഗീകരിക്കുകയും ആസ്വദിക്കുകയും ചെയ്തത്. അതിനുശേഷം, നിരവധി വർഷങ്ങൾക്കുശേഷം, മരണാനന്തര ബഹുമതിയെന്ന നിലയിൽ ഇരുപതാം നൂറ്റാണ്ട് പിറന്നത് വിൻസന്റിന്റെ രചനകളെക്കുറിച്ചുള്ള പാടിപ്പുകഴ്ത്തലുകളുമായിട്ടായിരുന്നു.

ചിത്രകലയ്ക്ക് അദ്ദേഹം നൽകിയ സംഭാവനകൾ ഒരു കലാനിരൂപകൻ വിലയിരുത്തിയത് ഇങ്ങനെയാണ്: "രണ്ടു സ്തംഭനങ്ങളിലാണ് അദ്ദേഹത്തിന്റെ അതിശയനീയമായ യശസ്സ് സ്ഥാപിതമായിട്ടുള്ളത്. നൈസർഗ്ഗികമായ പ്രതിഭയിൽ രൂപം കൊണ്ട രചനകൾ, കലയ്ക്കും തനിക്ക് പിന്നാലെ വന്ന കലാകാരന്മാർക്കും അവ പ്രദാനം ചെയ്ത പ്രചോദനം വിസ്മയകരമായിട്ടുള്ളതാണ്. ആത്മപ്രചോദിതമായിട്ടുള്ളതാണ് അദ്ദേഹത്തിന്റെ രചനാശൈലി. നിത്യജീവിതത്തിലെ പരിചിതകാര്യങ്ങൾ പാദരക്ഷകളും തപാൽ ശിപായിയും പോലുള്ളത്. പെയിന്റിംഗിനുള്ള മോട്ടീഫുകളായി. അതിസൂക്ഷ്മമായ രേഖാവിന്യാസവും വൈകാരികമായി പ്രകമ്പനം സൃഷ്ടിക്കുന്ന ചായങ്ങളും പൊട്ടറ്റോ ഈറ്റേഴ് എന്ന ചിത്രത്തിന്റെ രചനയ്ക്കുപയോഗിച്ച ഇരുണ്ട നിറമായാലും സൂര്യകാന്തിപ്പൂക്കൾക്കും ഐറീസുകൾക്കും സൈപ്രസ്സുകൾക്കും വേണ്ടി കണ്ടെത്തിയ പുതിയ നിറക്കൂട്ടുകളായാലും വിൻസന്റിന്റെ രചനകളെ അനശ്വരമാക്കിയ പ്രധാനപ്പെട്ട ഘടകങ്ങളായിരുന്നു."

അതിനു പുറമേയാണ് അദ്ദേഹത്തിന്റെ വ്യക്തിത്വത്തിലെ ജൈവഘടകമായ മിത്ത്. കലയ്ക്കുവേണ്ടി എല്ലാം നഷ്ടപ്പെടുത്തിയവൻ. അതിന്റെ ഭാഗമായി പട്ടിണി സ്വയം വരിച്ചവൻ. അതിശയനീയങ്ങളായ പെയിന്റിംഗുകൾ സൃഷ്ടിച്ചെങ്കിലും അവയിൽ നിന്ന് ചില്ലറകൾ പോലും നേടാത്തവൻ. (ജീവിച്ചിരുന്നപ്പോൾ ഒറ്റ പ്രാവശ്യമാണ് നാന്നൂറ് ഫ്രാങ്കിന് അദ്ദേഹം വരച്ച രണ്ടു പെയിന്റിംഗുകൾ വിറ്റത്) വൈകാരിക സംഘർഷത്തിൽപ്പെട്ട് മാസ്റ്റർപീസുകൾ രചിച്ചവൻ. അതുവഴി അനശ്വരതയ്ക്ക് അവകാശപ്പെട്ടവൻ. ഒടുവിൽ നിരാശയിൽ ജീവിതം ഹോമിച്ചവൻ. അങ്ങനെ യാഥാർത്ഥ്യങ്ങളും കെട്ടുകഥകളും കൂട്ടിക്കുഴഞ്ഞ ഒരു ജീവിതകഥയിലെ അവിഭാജ്യ ഭാഗമായി മാറിയതായിരുന്നു അദ്ദേഹം ആവരണം ചെയ്തു നിൽക്കുന്ന മിത്തുകളും അവയ്ക്ക് ഇതിഹാസമാനം നൽകുന്ന കത്തുകളും. സ്വന്തം വ്യക്തിത്വത്തിന്റെ ആയിരം മുഖങ്ങൾ കാണിക്കുന്നവയായിരുന്നു അദ്ദേഹമെഴുത്തിയ കത്തുകൾ.

ആത്മഭാഷണമാകുന്ന കത്തുകൾ

പതിനാറാമത്തെ വയസ്സിൽ മാതാപിതാക്കളെ വിട്ട് സ്വന്തം ഭാഗധേയം തേടി നെതർലാന്റ്സിലും ഇംഗ്ലണ്ടിലും ബെൽജിയത്തിലും ഫ്രാൻസിലും യാത്ര ചെയ്ത് അവിടെയെവിടെയെങ്കിലും ഇടം കണ്ടെത്താൻ അദ്ദേഹം പരിശ്രമിച്ചു. സ്നേഹിതന്മാരും കുടുംബാംഗങ്ങളുമായി ബന്ധം പുലർത്താനും നിലനിർത്താനും കത്തുകൾ പത്തൊൻപതാം നൂറ്റാണ്ടിൽ പ്രധാന വിനിമയ ഉപാധിയായിരുന്നു. അങ്ങനെ വിനിമയ ഉപാധിയെന്നതിനേക്കാൾ ചരിത്ര പ്രാധാന്യമുള്ളതാണ് അദ്ദേഹമെഴുതിയ കത്തുകൾ.

പരമ്പരാഗതമായ വിനിമയ മാർഗ്ഗമെന്ന യാഥാർത്ഥ്യം അംഗീകരിച്ചു കൊണ്ട് സാമൂഹികമായ യാഥാർത്ഥ്യങ്ങൾ നിരാകരിക്കാതെ തന്റെ ചിന്തകൾ സ്ഫുടം ചെയ്തെടുക്കാനും അതുവഴി തന്റേതായ ഇടം ഉറപ്പിക്കാനും കത്തുകളെ അദ്ദേഹം വാഹനമാക്കി. ജീവിതത്തിൽ ഏറ്റെടുത്ത സംരംഭങ്ങൾ, അവയിൽ നിന്നുണ്ടായ തിരിച്ചടികൾ, നേട്ടങ്ങൾ എല്ലാം കത്തുകളിലൂടെ രേഖപ്പെടുത്തിയ വിൻസന്റിന്, കത്തുകൾ ആത്മഭാഷണങ്ങൾ കൂടിയായി.

നല്ലൊരു വായനക്കാരനെന്നപോലെ അതിസൂക്ഷ്മമായി കാര്യങ്ങൾ ഗ്രഹിക്കുന്നതിലും അദ്ദേഹം നിപുണനായിരുന്നു. അതുപോലെ വികാരങ്ങളെ അക്ഷരങ്ങളിലൂടെ പകർത്തുന്നതിലും വിൻസന്റിന്റെ കഴിവ് അപാരമായിരുന്നു. പരസ്പരം കാര്യങ്ങൾ വിനിമയം ചെയ്യുന്നതിൽ എഴുത്തുകൾ ഫലപ്രദമായ മാർഗ്ഗമാണെന്ന് അദ്ദേഹം നിരീക്ഷിച്ചിട്ടുണ്ട്. തന്റെ കലാപരമായ ദർശനങ്ങളും തത്ത്വചിന്താപരമായ വീക്ഷണങ്ങളും സുവ്യക്തമായി വിനിമയം ചെയ്യാൻ അദ്ദേഹത്തിനു അങ്ങനെ സാധിച്ചു. ഒരു നിരൂപകൻ ഇങ്ങനെ നിരീക്ഷിച്ചു. "അദ്ദേഹത്തിന്റെ ചിന്തകളും അനുഭവങ്ങളും ഹൃദയസ്പൃക്കായിട്ടുള്ളവയാണ്. കത്തുകളെഴുതുന്നതിൽ അസാധാരണമായ പാടവം തനിക്കുള്ളതായി അദ്ദേഹം ഏവരേയും

ഒറ്റപ്പെട്ട മരക്കൂട്ടം

കൊണ്ട് സമ്മതിപ്പിക്കുക മാത്രമല്ല, അവയുടെ പ്രസിദ്ധീകരണത്തോടെ, അവ ഉന്നത സാഹിത്യമാണെന്നത് ലോകം അംഗീകരിക്കുകയും ചെയ്തു."

വിൻസന്റിനേയും അദ്ദേഹത്തിന്റെ രചനകളേയും ബന്ധപ്പെടുത്തുന്ന പാലമായി കത്തുകൾ വളരുകയുണ്ടായി. ഹ്രസ്വമായ തന്റെ ജീവിത കാലത്തിനിടയിൽ ഏതാണ്ട് രണ്ടായിരത്തോളം കത്തുകൾ അദ്ദേഹ മെഴുതിയിരുന്നതായി കണക്കാക്കിയിട്ടുണ്ട്. ആംസ്റ്റർഡാമിലെ വാൻഗോഗ് മ്യൂസിയത്തിൽ അവയുടെ തൊണ്ണൂറുശതമാനവും സൂക്ഷിച്ചിരിക്കുന്നു. സ്നേഹിതനായ എമിലി ബെർണാഡിനെഴുതിയ ഇരുപത്തിയൊന്ന് കത്തുകൾക്കു പുറമെ പോൾ ഗോഗിനയച്ച ഒരെണ്ണവും ന്യൂയോർക്കിലെ മോർഗൻ ലൈബ്രറി ആന്റ് മ്യൂസിയത്തിലും ആർക്കൈവുകളിലും വ്യക്തി കളിലുമായി സൂക്ഷിക്കപ്പെട്ടിരിക്കുന്നു. കൂടെക്കൂടെ പാർപ്പിടങ്ങൾ മാറി ക്കൊണ്ടിരുന്നതിനാൽ പല കത്തുകളും വിൻസന്റ് നശിപ്പിക്കുകയു ണ്ടായി. അദ്ദേഹമെഴുതിയ കത്തുകളിൽ പലതും അവസാന നാളുകളിൽ കിട്ടിയവയാണ്. വിൻസന്റിന്റെ മാനസികാവസ്ഥയുടെ പ്രതിഫലന ങ്ങളായ ആ കത്തുകളിൽ മിക്കവയും ഹൃദയഭേദകമായിട്ടുള്ളവ കൂടി യാണ്. ആവേഴ്സിൽ വെച്ച് മരണമടയുമ്പോൾ അദ്ദേഹത്തിന്റെ സ്വകാര്യ ശേഖരത്തിലുണ്ടായിരുന്ന കത്തുകൾ തിയോയുടെ കൈവശമെത്തി ച്ചേർന്നു.

നാടൻ സൗന്ദര്യം

തന്നെക്കാൾ നാല് വയസ്സിന് ഇളപ്പമുണ്ടായിരുന്ന സഹോദരനായ തിയോയ്ക്കയച്ച എഴുത്തുകൾ അവർ തമ്മിലുള്ള ഹൃദ്യവും അഗാധവുമായ ബന്ധത്തിന്റെ തിളങ്ങുന്ന സ്മാരകങ്ങൾ കൂടിയാണ്. 1872 മുതൽ തുടങ്ങിയതാണ് അവർ തമ്മിലുള്ള കത്തിടപാടുകൾ.

ആർട്ട് ഡീലറായി തുടക്കം

ഒരു ജീവചരിത്രകാരൻ ആ കാലത്തെക്കുറിച്ച് എഴുതിയതിങ്ങനെയാണ്: മാതുലന്മാരിൽ ഒരാൾ ഏർപ്പാടു ചെയ്തതനുസരിച്ച് പതിനാറാമത്തെ വയസ്സിൽ ആർട്ട് ഡീലറായി വിൻസന്റ് ജോലി തുടങ്ങി മൂന്നു വർഷങ്ങൾക്കുശേഷമാണ് തിയോ ആ രംഗത്തെത്തിയത്. അന്തർദേശീയ തലത്തിൽ ബന്ധങ്ങളുണ്ടായിരുന്ന ഗൂപ്പിൽ ആന്റ് സി എന്ന കമ്പനിയുടെ മുഖ്യവരുമാന സ്രോതസ്സ് പെയിന്റിംഗുകളായിരുന്നു. പാരീസുൾപ്പെടെയുള്ള പ്രമുഖ നഗരങ്ങളിൽ അവർക്ക് ഗാലറികളുണ്ടായിരുന്നു. ചിത്രങ്ങൾ അവിടെ പ്രദർശിപ്പിക്കപ്പെടുമ്പോൾ അതിൽ ആകൃഷ്ടരാകുന്നവർ വിലപേശി അവ സ്വന്തമാക്കുന്നു. ചിത്രകലാ പ്രപഞ്ചത്തിൽ തിരയടിച്ചുയരുന്ന പ്രവണതകളുടെ പ്രതിഫലനമാകാറുണ്ടായിരുന്നെങ്കിലും അവർ പ്രധാനമായി ശ്രദ്ധിച്ചിരുന്നത്, ഗൃഹഭിത്തികളെ ആകർഷകമാക്കുന്ന പ്രകൃതിദൃശ്യങ്ങൾ രേഖപ്പെടുത്തുന്ന പെയിന്റിംഗുകളായിരുന്നു. ആ ഗാലറികൾ വഴി ചിത്രങ്ങൾ വിൽക്കുന്നത്, പലപ്പോഴും ചിത്രമെഴുത്തുകാരുടെ ജീവിതം നിർണ്ണയിക്കുന്ന ഘടകമായിരുന്നു. ആർട്ട് ഡീലറാകുന്നതിനുള്ള പരിശീലനത്തിന്റെ മുന്നോടിയായി ഗാലറിയുടെ സഹായി (അറ്റൻഡർ)കളായാണ് അവർ പ്രവർത്തിച്ചത്. ജോലിയിൽ സമർത്ഥരായിരുന്ന അവർ വിശ്രമസമയം വായനയ്ക്കായി ചെലവിട്ടു. അനുജൻ എന്നതിനോടൊപ്പം സ്നേഹിതനായി കരുതി വായിക്കേണ്ട പുസ്തകങ്ങളെപ്പറ്റിയും പെയിന്റിംഗുകളെ വിലയിരുത്തുന്ന മാനദണ്ഡങ്ങളെപ്പറ്റിയും വിൻസന്റ് തിയോയ്ക്ക് പറഞ്ഞുകൊടുത്തിരുന്നു. എന്നാൽ, ആർട്ട് ഡീലറായി ജീവിതം കരുപ്പിടിപ്പിക്കുന്നത് വ്യർത്ഥമായിരിക്കുമെന്ന ചിന്ത ആ രംഗം ഉപേക്ഷിക്കാൻ വിൻസന്റിനെ പ്രേരിപ്പിക്കുകയുണ്ടായി.

മതകാര്യങ്ങളിലുള്ള താത്പര്യമായിരുന്നു അതിനൊരു പ്രധാന കാരണം. 1875 ആകുമ്പോഴേക്ക് കുടുംബാംഗങ്ങൾക്ക് കത്തുകളെഴുതുന്നതിൽ നിന്ന് വിൻസന്റ് സ്വയം വിരമിച്ചു. 1880-ൽ ചിത്രമെഴുത്തുകാരനാവാൻ തീരുമാനിക്കുന്നതിനു മുൻപായി മൂത്തമകൻ എന്ന നിലയ്ക്കുള്ള കുടുംബ ബാദ്ധ്യതകൾ ഉപേക്ഷിച്ചതോടൊപ്പം സ്വന്തം ഭാഗധേയം കണ്ടെത്താനുള്ള അന്വേഷണത്തിൽ അദ്ദേഹം മുഴുകാനും തീരുമാനിച്ചു.

സെന്റ് റെമി പുറംകാഴ്ച

ആദ്യകാലം മുതൽക്കേ, ബാല്യം പിന്നിട്ടതു മുതൽ മതകാര്യങ്ങൾ വിൻസന്റിന്റെ ജീവിതത്തിലെ നിർണ്ണായക ഘടകമായിരുന്നു. അങ്ങനെ ആ മതാദ്ധ്യാപകനാകാനോ വൈദികന്റെ സഹായിയാവാനോ വേണ്ടി തിയോളജിയിൽ പരിശീലനം തേടാൻ ഉദ്യമിച്ചെങ്കിലും പാതിവഴിയിൽ വെച്ച് അതുപേക്ഷിച്ചു. ആ രംഗത്തെക്കുറിച്ച് പുലർത്തിയിരുന്ന പല സങ്കല്പങ്ങളും പ്രായോഗിക ജീവിതവുമായി പൊരുത്തപ്പെടുന്നതല്ലെന്ന വിചാരം വിൻസന്റിനെ ശല്യപ്പെടുത്തിയിരുന്നു. അതിനിടയിലാണ് അശാന്തമായ അന്വേഷണം വിൻസന്റിനെ പട്ടിണിക്കാരായ ഖനിത്തൊ

ഴിലാളികളുടെ ഗ്രാമത്തിലെത്തിക്കുന്നത്. വിക്ടർ ഹ്യൂഗോയിലേക്കും ജൂൾസ് മിഷേലിലേക്കും ഏണസ്റ്റ് റെനാനിലേക്കും ആ യുവാവെത്തുന്നതും ഈ കാലഘട്ടത്തിലായിരുന്നു. അക്കാലത്തെഴുതിയ കത്തുകളിലെല്ലാം അദ്ദേഹത്തെ മഥിച്ചിരുന്ന ആലോചനകളും സ്വപ്നങ്ങളും മോഹങ്ങളും പ്രതിധ്വനിക്കുന്നുണ്ട്. വ്യക്തിപരമായ ആവശ്യങ്ങളും സുഖാസുഖങ്ങളും കത്തുകൾ വഴി കുടുംബാംഗങ്ങളുമായി പങ്കുവെയ്ക്കുന്നത് അവസാനിപ്പിച്ച വിൻസന്റ് അപൂർവ്വം സന്ദർഭങ്ങളിൽ തിയോയ്ക്കെഴുതുമ്പോൾ മാത്രമായി തന്റെ കാര്യങ്ങൾ പരിമിതപ്പെടുത്തി.

1880–ൽ എഴുതിയ കത്തുകൾ ഒരു ചിത്രമെഴുത്തുകാരനായി വിൻസന്റ് രൂപപ്പെട്ടതെങ്ങനെയെന്നതിലേക്ക് വെളിച്ചം വീശുന്നു. അദ്ദേഹത്തിന്റെ കലാദർശനത്തിന് ആധാരമായ നൈതികവും ബൗദ്ധികവുമായ സ്വാധീനം ആ കത്തുകൾ വെളിപ്പെടുത്തുന്നുണ്ട്. ചിത്രകലാപാരമ്പര്യത്തിലെ ഹേഗ് ശൈലിയും ബാർബിസോൺ ശൈലിയും പതിനേഴാം നൂറ്റാണ്ടിലെ ഡച്ചുകാരായ ചിത്രകാരന്മാരും ഗൂപ്പിലിന്റെ വരുമാനമാർഗ്ഗമായ സലൂൺ ചിത്രകാരന്മാരും വിൻസന്റിന്റെ ചിത്രകലാ സങ്കല്പത്തിലെ ഭാഗമായിരുന്നു. പെൻസിലും പേനയും ബ്രഷും ഉപയോഗിച്ച് ചിത്രകലാ മാദ്ധ്യമത്തെ കീഴടക്കാൻ നടത്തിയ കഠിനമായ അദ്ധ്വാനവും വരച്ചു പൂർത്തിയാക്കുന്ന ചിത്രങ്ങൾ വിൽക്കാൻ സാധിക്കാത്തതിലുള്ള

ജനവാസകേന്ദ്രം

നിരാശയും സങ്കടവും ആർട്ട് ഡീലർമാരുടെ ഇഷ്ടാനിഷ്ടങ്ങളെ നിരാകരിച്ചുകൊണ്ട് ചിത്രകാരന്മാരുടെ കൂട്ടായ്മയിലൂടെ പുതിയൊരു ചിത്രകലാ സംസ്കാരം കരുപ്പിടിപ്പിക്കാനുള്ള പരിശ്രമങ്ങളും ആ കത്തുകളിൽ അദ്ദേഹം രേഖപ്പെടുത്തുന്നുണ്ട്. വായിച്ച പുസ്തകങ്ങൾ, സൗഹൃദങ്ങൾ, ദുർഘടങ്ങൾ നിറഞ്ഞ പ്രണയബന്ധങ്ങൾ, കീഴ്വഴക്കങ്ങൾക്കെതിരെയുള്ള പ്രതിരോധങ്ങൾ – ആ കത്തുകളിലെ സ്ഥിരം പ്രമേയങ്ങളായിരുന്നു.

പത്തു കൊല്ലത്തോളം തിയോയുടെ ധനസഹായം കൊണ്ടാണ് വിൻസന്റ് ജീവിച്ചത്. തന്റെ വരുമാനത്തിന്റെ പതിനഞ്ചു ശതമാനം എല്ലാ

ജോസഫ് റൂലൻ

മാസവും തിയോ അയച്ചുകൊടുത്തു. പുറമേ ചായക്കൂട്ടുകളും ബ്രഷു കളും ക്യാൻവാസുകളും. സ്ഥിരമായി അയച്ചു കിട്ടുന്നതിനു പുറമെ കൂടു തൽ ധനസഹായത്തിനായി തിയോയെ അദ്ദേഹം സമീപിക്കാറുണ്ടായി രുന്നു. വിട്ടുവീഴ്ചയില്ലാത്ത നിലപാടുകൾക്കിടയിലും മറ്റുള്ളവരേയും അവരുടെ അഭിപ്രായങ്ങളേയും അംഗീകരിക്കാനുള്ള ഹൃദയവിശാലതയും അനുതാപവും പ്രതിഫലിക്കുന്ന അക്കാലത്തെ കത്തുകൾ വ്യക്തമാകു ന്നത് സ്വന്തം ഇച്ഛയനുസരിച്ച് ജീവിക്കാൻ ഇഷ്ടപ്പെടുന്ന സ്വതന്ത്രനായ വ്യക്തിയെയാണ്. രോഗിയായി അവശനാകുമ്പോഴും അതിന്റെ ഫലമായി ആശുപത്രിയിലാകുമ്പോഴും നഷ്ടപ്പെടുന്നത് തന്റെ സ്വാതന്ത്ര്യമാണെന്ന് അദ്ദേഹം ഉൽക്കണ്ഠപ്പെട്ടിരുന്നു. അങ്ങനെ സംഭവിക്കാൻ കാരണം അജ്ഞാതരായ ശത്രുക്കളുടെ ഗൂഢാലോചനയാണെന്ന് വിൻസന്റ് സംശ യിച്ചു.

ചിത്രമെഴുത്തെന്ന യുദ്ധം

ഒന്നുമില്ലാത്തവന് സൗഖ്യം നൽകാൻ വൈദികവൃത്തി സഹായിക്കു മെന്ന ആഗ്രഹം വിഫലമായ പശ്ചാത്തലത്തിൽ ഒരിക്കലും തളരാത്ത ഇച്ഛാശക്തിമാത്രം മൂലധനമാക്കിയായിരുന്നു ചിത്രമെഴുത്തുകാരനാവാ നുള്ള യുദ്ധത്തിൽ അദ്ദേഹം ആമഗ്നനാകുന്നത്. ചിത്രമെഴുത്തിൽ പ്രത്യേകമായ കഴിവ് അദ്ദേഹത്തിനില്ലായിരുന്നു. എന്നാൽ, കർക്കശമായ അച്ചടക്കവുമായി, കടലാസിനോടും ക്യാൻവാസിനോടും നിരന്തരമായ പോരാട്ടത്തിലേർപ്പെടുമ്പോൾ ഒരേ ഒരു ഉന്നമേ അദ്ദേഹത്തിനുണ്ടായി രുന്നുള്ളൂ – തന്റെ ചിത്രങ്ങൾ അതു കാണാനെത്തുന്നവർക്ക് ആനന്ദവും മനഃസ്വാസ്ഥ്യവും നൽകണം. തിയോയ്ക്കെഴുതിയ മിക്കവാറും കത്തു കളിൽ തന്റെ ആഗ്രഹം അദ്ദേഹം സ്പഷ്ടമാക്കിയിരുന്നു.

താനെഴുതിയ കത്തുകൾ ആരെങ്കിലും സൂക്ഷിക്കുമെന്നോ അവ പ്രസിദ്ധീകരിക്കുമെന്നോ വിൻസന്റ് സ്വപ്നത്തിൽപ്പോലും വിചാരിച്ചിരു ന്നില്ല. അത് സാദ്ധ്യമായത് കത്തുകൾ സൂക്ഷിച്ചുവെച്ച തിയോയും അദ്ദേ ഹത്തിന്റെ പത്നി ജോയെന്ന് വിളിച്ചിരുന്ന ജോന്ന ബോൻഗെറുയുമായി രുന്നു.

'തിയോയ്ക്ക് വിൻസന്റ് എഴുതിയ കത്തുകൾ' എന്ന പുസ്തകരൂപ ത്തിൽ 1914–ൽ അവ പുറത്തുവന്നു. ഒപ്പം വിൻസന്റിന്റെ ജീവിതകഥയും. വിൻസന്റിന്റെ കലാജീവിതത്തിലെ പ്രധാന സ്വാധീനങ്ങളും മുഖ്യധാര കളും ആ കത്തുകൾ വിശദമാക്കുന്നുണ്ട്.

ദ ഗ്രാഫിക്, ദ ഇല്ലസ്ട്രേറ്റഡ് ലണ്ടൻ ന്യൂസ് എന്നീ പ്രസിദ്ധീകര ണങ്ങളിൽ ചിത്രങ്ങൾ വരച്ചിരുന്ന ഇംഗ്ലീഷുകാരനായ എൻഗ്രേവന്മാ രേയും ഡ്രാഫ്റ്റ്സ്മാരേയും പറ്റി ബ്രിട്ടീഷുകാരനായ ഹ്യൂബർട്ട് വോൺ

ഹെർകോമറെഴുതിയ ലേഖനത്തിന്റെ പകർപ്പ് സ്നേഹിതനും ചിത്രകാര നുമായ ആന്റൺ വോൺ റപ്പാർഡ് 1882 ഒക്ടോബറിൽ വിൻസന്റിന് അയച്ചുകൊടുത്തു. ലേഖനത്തിൽ പരാമർശിക്കപ്പെട്ട പ്രസിദ്ധീകരണ ങ്ങളുമായി മുൻപ് വിൻസന്റ് പരിചിതപ്പെട്ടിരുന്നതാണ്.

ഹെർകോമർ എഴുതിയ ലേഖനം വിൻസന്റിനെ ഗാഢമായി സ്പർശി ക്കുകയുണ്ടായി. ഒരു കത്തിൽ അക്കാര്യം പരാമർശിക്കവെ അതിൽ നിന്നുള്ള ആ വാചകം അദ്ദേഹം ഉദ്ധരിച്ചു. “ഒരു തൊഴിലാളി താൻ ജോലി ചെയ്യുന്ന മുറിയിലെ ഭിത്തിയിൽ എന്റെ രചനകളുടെ ഒരു പ്രിന്റ് സൂക്ഷിക്കുന്നതിനെക്കാൾ വലുതായി യാതൊന്നും എനിക്ക് കിട്ടാനില്ല” അതായിരുന്നു വാചകം. “അത് എത്ര ശരിയാണ്. പൊതുജനങ്ങൾക്കു ള്ളതാണ് അതെല്ലാം.” ജനങ്ങൾക്കുള്ളതാണ് കലയെന്ന് ഹെർകോമർ എഴുതുമ്പോൾ “അത് തെരുവിലുള്ളവർക്കുള്ളതാണ് ” എന്നു വായിക്ക ണമെന്ന് വിൻസന്റ് തിരുത്തി. കലയെ സംബന്ധിച്ച അദ്ദേഹത്തിന്റെ വിശ്വാസപ്രമാണമായിരുന്നു ആ നിരീക്ഷണം. അത് സാർത്ഥകമാക്കു ന്നതിനായി തന്റെ ജീവിതസാഹചര്യങ്ങളിൽ നിന്ന് മാറി നടക്കാൻ അദ്ദേഹത്തെ പ്രേരിപ്പിച്ചത് സഹജീവികൾക്ക് പ്രയോജനപ്രദമായി

പടയാളി

എന്തെങ്കിലും ചെയ്യണമെന്ന അഭിലാഷമായിരുന്നു. ആദ്യകാലത്ത് താൻ ജോലി ചെയ്തിരുന്ന കാലത്ത് ഗൂപ്പിൽ എന്ന സ്ഥാപനം പുലർത്തിയിരുന്ന അയഥാർത്ഥങ്ങളായ നിലപാടുകൾ അദ്ദേഹത്തെ നിരാശപ്പെടുത്തുകയുണ്ടായി. ആ സ്ഥാപനത്തോട് വിട പറയാൻ അദ്ദേഹത്തെ പ്രേരിപ്പിച്ച പല ഘടകങ്ങളിൽ ഒന്നായിരുന്നു ഇത്.

അങ്ങനെയാണ് ഗ്രാമങ്ങളിലെ കൃഷിത്തൊഴിലാളികളുടെയും നെയ്ത്തുകാരുടെയും നിരാധാരമായ ജീവിതത്തിൽ പൗരോഹിത്യ വൃത്തിയിലൂടെ പങ്കാളിയായ തന്റെ അച്ഛനെ ഇക്കാര്യത്തിൽ വിൻസന്റ് മാതൃകയാക്കുന്നത്. ഗൂപ്പിൽ നിന്ന് പിരിഞ്ഞ് പാവങ്ങളുടെ ലളിതജീവിതം സ്വീകരിച്ചതോടൊപ്പം വേഷത്തിലും മാറ്റം വരുത്തി. ബോറിനേജിലെ കൽക്കരിത്തൊഴിലാളികളായിരുന്നു അതിന് വിൻസന്റിന്റെ മാതൃക. വൈദികനാകാനുള്ള പരിശ്രമം ഉപേക്ഷിച്ച ശേഷം ഇല്ലസ്ട്രേറ്ററായി ജീവിക്കാനുള്ള ശ്രമത്തിനൊടുവിലാണ് വിൻസന്റ് ചിത്രമെഴുത്തുകാരനാകുന്നത്.

ഇംഗ്ലീഷിലും ഫ്രഞ്ചിലുമുള്ള പ്രസിദ്ധീകരണങ്ങളിലെ ചിത്രങ്ങളുമായി പരിചയത്തിലായ അദ്ദേഹം. അവയെ അനുകരിച്ചാണെങ്കിലും സ്വന്തം രീതിയിൽ ചിത്രങ്ങൾ വരയ്ക്കാൻ തുടങ്ങി. ചിത്രമെഴുത്തുകാരനായി വളർന്ന വിൻസന്റിന്റെ ജീവിതത്തിലെ ഞാറ്റടിയായിത്തീർന്നതാണ് ഇക്കാലം. ചിത്രമെഴുത്തുകാരനാവുകയെന്ന മോഹം ജീവിതദൗത്യമായി അദ്ദേഹത്തിൽ വേരോടാൻ പിന്നെ അധികകാലം വേണ്ടിവന്നില്ല. കൃഷിത്തൊഴിലാളികളും മീൻപിടുത്തക്കാരും നെയ്ത്തുകാരും കരകൗശലത്തൊഴിലാളികളും ദരിദ്രരായ വയോവൃദ്ധരും അദ്ദേഹത്തിന്റെ ചിത്രലോകത്തിലെ കഥാപാത്രങ്ങളായി.

കൃഷിക്കാരുടെ ജീവിതത്തെ ഉപജീവിച്ച് ചിത്രങ്ങൾ വരച്ച ജീൻ ഫ്രാൻകോ മില്ലറ്റായിരുന്നു ഈ രംഗത്ത് വിൻസന്റിനു വഴികാട്ടിയായത്. അതോടൊപ്പം ലിത്തോഗ്രാഫുകൾ നിർമ്മിക്കുന്നതിനായി ഹേഗ് ചിത്രരചനാശൈലിയിലും അദ്ദേഹം കൈവച്ചു. ന്യൂയനിലേയും ബ്രബാന്റിലേയും താമസത്തിനിടയിൽ കൃഷിത്തൊഴിലാളികളുടെ അനവധി ചിത്രങ്ങൾ അദ്ദേഹം വരച്ചിരുന്നു. അവരുടെ പരുക്കൻ ജീവിതരീതികളും അനാകർഷകങ്ങളായ ശരീരപ്രകൃതിയും, പലപ്പോഴും അവരുടെ പെരുമാറ്റത്തിൽ ക്രൂരത നിറഞ്ഞിരുന്നു. വിൻസന്റിന്റെ ചിത്രങ്ങൾക്കു അവ സ്വാഭാവികതയുടെ പരിവേഷം നൽകി. അതിനു ശേഷമാണ് ആന്റ്‌വെർപ്പിലെ താമസത്തിനിടയിൽ തുറമുഖത്തൊഴിലാളികളും തെരുവുപെണ്ണുങ്ങളും അദ്ദേഹത്തിന്റെ ചിത്രങ്ങളിലെ കഥാപാത്രങ്ങളാകുന്നത്.

കലയും ജീവിതവും തമ്മിലുള്ള ബന്ധം അദ്ദേഹത്തിന്റെ ചിന്തയിൽ പ്രമുഖ സ്ഥാനം കൈവരിച്ചിരുന്നതായി തെളിയിക്കുന്നതാണ് കത്തുകൾ.

'പുസ്തകങ്ങളും യാഥാർത്ഥ്യവും കലയും' എനിക്ക് ഒരുപോലെയാണെന്ന് ഒരു കത്തിൽ അദ്ദേഹം എഴുതി. നിരക്ഷയായ സിൻഹൂർണിക്കുമായുള്ള തന്റെ ജീവിതത്തെ ന്യായീകരിക്കവെ കലയെപ്പറ്റിയോ സാഹിത്യത്തെപ്പറ്റിയോ ഒന്നുമറിയാത്ത ആ സ്ത്രീ തന്റെ ജീവിതദർശനത്തെ പ്രതിനിധാനം ചെയ്യുന്നതായി വിൻസന്റ് കരുതി. താനുൾപ്പെടെയുള്ളവരെ വിലയിരുത്താനുള്ള നല്ല മാർഗ്ഗം കലയോടും സാഹിത്യത്തോടും ഒരാൾ പുലർത്തുന്ന സമീപനമാണെന്ന് ആവർത്തിച്ചിരുന്ന അദ്ദേഹം റെംബ്രാന്റിന്റെ പല ചിത്രങ്ങളും ഉദാഹരണമായി ചൂണ്ടിക്കാണിച്ചിരുന്നു. ജോർജ് എലിയറ്റിന്റെ നോവലുകൾ ആകർഷിച്ചിരുന്നുവെങ്കിലും വിൻസന്റിന്റെ പ്രിയപ്പെട്ട എഴുത്തുകാരൻ എമിലി സോളയായിരുന്നു. മനസ്സിനെ പവിത്രമാക്കുന്നതിന് സോളയെ വായിക്കണമെന്ന് അദ്ദേഹം അനുജനെ നിരന്തരം പ്രേരിപ്പിച്ചത് ഇതിന്റെ അടിസ്ഥാനത്തിലാണ്.

ഫോട്ടോഗ്രാഫിയല്ല കലയെന്നും ആധികാരികതയും യാഥാർത്ഥ്യബോധവും വഹിക്കുന്നത് മാത്രമേ കലയാവൂവെന്നും ഉറച്ചു വിശ്വസിച്ച അദ്ദേഹം അതിന്റെ പേരിൽ പോൾ ഗോഗിനുമായി കലഹിച്ചിരുന്നു. സത്യസന്ധമായ കലയിലെത്താൻ കഠിനമായ ക്ലേശങ്ങളെ തരണം ചെയ്യേണ്ടതുണ്ട്. ലക്ഷ്യത്തിലെത്തുക ദുർഘടപൂർണ്ണമാണെങ്കിലും "വികാരപരമായി ദ്രഷ്ടാക്കളെ സ്വാധീനിക്കുന്നതാവണം ചിത്രങ്ങൾ" എന്ന് അദ്ദേഹം എഴുതി. യാഥാർത്ഥ്യബോധം സൃഷ്ടിക്കുന്ന കല സാർവ്വജനീനമാവണം. വിക്ടർ ഹ്യൂഗോയുടെ 'പാവങ്ങൾ' എന്ന നോവൽ അതിന് അദ്ദേഹം ഉദാഹരണമാക്കി. ആ നോവലിലെ ഫാൻറ്റീൻ എന്ന കഥാപാത്രം വിൻസന്റിനെ ഗാഢമായി സ്പർശിച്ചിരുന്നു. "ഫാൻറ്റീൻ എന്ന കഥാപാത്രം യാഥാർത്ഥ്യത്തിന്റെ പ്രതിരൂപമായാണ് എനിക്കനുഭവപ്പെട്ടത്. സത്യത്തെക്കാൾ യഥാർത്ഥമാണ് കലയെന്ന് സ്ഥാപിക്കുന്നതാണ് ആ കഥാപാത്രം."

സാഹിത്യത്തെ പ്രണയിച്ച ചിത്രകാരൻ

ബ്രബാന്റിലെ വാസക്കാലത്ത് വരച്ച കൃഷിത്തൊഴിലാളികൾക്കുപുറമെ തപാൽക്കാരനായ റൂലനും ഡോക്ടർ പോൾഗാച്ചെറ്റും വ്യക്തിഗതങ്ങളായ തന്റെ കാഴ്ചപ്പാടിന്റെ പ്രതിനിധികളാണെന്ന് രേഖപ്പെടുത്തവെ അദ്ദേഹം ഇങ്ങനെ എഴുതി: "അതിഭാവുകതയും വിഷാദവുമല്ല, ആഴമുള്ള സങ്കടം ചിത്രത്തിലാക്കാൻ ഞാനാഗ്രഹിക്കുന്നു. അത്തരം ചിത്രങ്ങൾ പരുക്കനാണെന്നു തോന്നാം. എങ്കിലും അവ നിങ്ങളെ വൈകാരികമായി ഉലയ്ക്കുന്നതാണെങ്കിൽ ഞാനതിൽ തൃപ്തനാണ്."

കാരിക്കേച്ചറിന്റെ നിലയിലേക്ക് തരംതാണതാണ് 'പൊട്ടറ്റോ ഈറ്റേഴ്സ്' എന്ന ചിത്രമെന്ന് ആക്ഷേപിച്ച റപ്പാർഡുമായി കലഹിച്ചു

പിരിഞ്ഞ വിൻസന്റ് സഹോദരനെഴുതി: "സാങ്കേതികതയുടെ പേരിൽ ഒരു ചിത്രം പുകഴ്ത്തപ്പെടുമ്പോൾ അതിൽ ആലേഖനം ചെയ്യപ്പെടുന്ന കഥാപാത്രം ഏതു തരക്കാരനാണെന്ന് ആരും ചോദിക്കുന്നില്ല. എന്നാൽ ചിലർ വരയ്ക്കുന്ന ചിത്രങ്ങളിലൂടെ രൂപം കൊള്ളുന്നവർ ഇച്ഛാശക്തിയുള്ളവരാണെന്ന് അവ കാണുന്നവർക്ക് തോന്നാറുണ്ട്. അതല്ലേ കല കൊണ്ടുദ്ദേശിക്കുന്നത്." 1888-ൽ തിയോയ്ക്കെഴുതിയ കത്തിൽ തന്റെ ഈ നിലപാട് അദ്ദേഹം ആവർത്തിച്ചു. "വളരെ ധൃതിപിടിച്ചാണ് ഞാൻ ചിത്രങ്ങൾ വരയ്ക്കുന്നതെന്ന് പറയുന്നതിൽ യാതൊരു കഴമ്പുമില്ല. അത് വിശ്വസിക്കരുത്. നമ്മിലുള്ള വികാരം, പ്രകൃതിയോടുള്ള നമ്മുടെ സ്നേഹം നിറഞ്ഞ അടുപ്പം. അതൊക്കെയല്ലേ നമ്മെ നയിക്കുന്നത്?" വ്യക്തിഗതങ്ങളായ ഇഷ്ടാനിഷ്ടങ്ങൾക്കപ്പുറം വികാരം കൊള്ളുന്നവനായാലേ മനുഷ്യന്റെ യഥാർത്ഥ പ്രകൃതി ഒരു കലാകാരന് കണ്ടെത്താനാവൂയെന്നും അദ്ദേഹം വിശ്വസിച്ചു. ചിത്രകലയോടുള്ള തന്റെ സമീപനം വിശദീകരിക്കുന്നതിനോടൊപ്പം താൻ വരയ്ക്കുന്ന ചിത്രങ്ങൾക്ക് പിന്നിലുള്ള ഉദ്ദേശ്യങ്ങളും അദ്ദേഹം വ്യക്തമാക്കാറുണ്ടായിരുന്നു.

രണ്ടായിരത്തിൽപ്പരം ചിത്രങ്ങൾ അദ്ദേഹം വരച്ചു. അവയിൽ അറുന്നൂറെണ്ണങ്ങൾ മാത്രമാണ് കത്തുകളിൽ പരാമർശിക്കപ്പെട്ടത്. ചിലത് അതിവിശദമായി പ്രതിപാദിക്കപ്പെട്ടു. മറ്റു ചിലത്, ചെറിയ പരാമർശങ്ങളിൽ ഒതുങ്ങി. ചിത്രങ്ങൾ വരയ്ക്കാൻ ഉപയോഗിച്ച സാധന സാമഗ്രികൾക്കു പുറമെ, വിവിധതരം ചായങ്ങളും കത്തുകളിലൂടെ വിൻസന്റ് ചർച്ചാവിഷയമാക്കുമായിരുന്നു. ഊത നിറത്തിനു പുറമെ തവിട്ടുനിറവും പച്ചനിറവും കലർന്നതായിരുന്നു, ഹേഗ് കാലത്തെ അദ്ദേഹത്തിന്റെ ചിത്രങ്ങൾ. വികാരങ്ങളും മനോനിലയും പ്രകടിപ്പിക്കാൻ ആ നിറങ്ങൾ ഫലപ്രദങ്ങളാണെന്ന് അദ്ദേഹം കരുതി. പ്രസിദ്ധമായ 'പൊട്ടറ്റോ ഈറ്റേഴ്സ്' വരയ്ക്കുന്നതിനു മുൻപായി, അതിനുവേണ്ടി താൻ ശേഖരിച്ച രേഖകളെപ്പറ്റി അദ്ദേഹം എഴുതിയിട്ടുണ്ട്. ആ ചിത്രത്തിലെ കഥാപാത്രങ്ങളുടെ കൈകളും മുഖങ്ങളും വരഞ്ഞതിനെപ്പറ്റി അദ്ദേഹം എഴുതി: "ചെളിയും പൊടിയും നിറഞ്ഞ തൊലി ഇളകാത്ത ഉരുളക്കിഴങ്ങിന്റെ നിറമാണ് അവർക്ക്" പാവപ്പെട്ട കൃഷിക്കാരന്റെ ജീവിതദൈന്യത അതുവഴി രേഖപ്പെടുത്തപ്പെട്ടു.

ചിത്രീകരിക്കപ്പെടുന്ന ഇമേജുമായി ബന്ധപ്പെടാതെയുള്ള നിലനില്പ് നിറങ്ങൾക്കുണ്ടെന്ന വിശ്വാസം സ്ഥാപിക്കാനായി തന്റെ പല പെയിന്റിംഗുകളും ഉദാഹരണമായി അദ്ദേഹം ചൂണ്ടിക്കാണിക്കാറുണ്ടായിരുന്നു. പാരീസിലെ വാസക്കാലത്ത് തെളിച്ചമുള്ള നിറങ്ങൾ ഉപയോഗിച്ച അദ്ദേഹം അർലിസിൽ ചെലവിട്ട നാളുകളിൽ വരച്ച ചിത്രങ്ങളിൽ പരസ്പരം വൈരുദ്ധ്യമുള്ള, കൂടുതൽ ശക്തി പ്രദാനം ചെയ്യുന്ന നിറങ്ങൾ ഉപയോഗിച്ചു. അക്കാലത്താണ് ജപ്പാനിൽ നിന്നെത്തിയ ചിത്രങ്ങളിൽ

വയോവൃദ്ധൻ

വിൻസന്റ് ആകൃഷ്ടനാകുന്നത്. കറുത്ത് ദ്യോതിപ്പിക്കുന്നതോടൊപ്പം പരപ്പും ആഴവും പെയിന്റിംഗുകൾക്ക് നൽകാൻ അതു കാരണമായി.

യാതൊരു പ്രാധാന്യവും തോന്നാത്ത, രണ്ടുപേർ മടുപ്പോടെയിരിക്കുന്ന ദ നൈറ്റ് കഫേയിലൂടെ അജ്ഞാതമായ ദുഃഖം പ്രസരിപ്പക്കാൻ പാകത്തിലായിരുന്നു അതിൽ നിറങ്ങൾ വിന്യസിച്ചത്. “സ്വയം നഷ്ടപ്പെടാനും ഭ്രാന്തനാവാനോ കുറ്റകൃത്യങ്ങൾ നടത്താനോ പ്രേരിപ്പിക്കുന്ന

അന്തരീക്ഷമാണ് ആ രാത്രി കാപ്പിക്കടയിലൂടെ പ്രകാശിപ്പിക്കാൻ ഞാൻ ശ്രമിച്ചത്" അദ്ദേഹമെഴുതി. 'വില്ലോ ട്രീ', 'ദ ഗാർഡൻ ഓഫ് ദ അസൈലം' എന്നീ പെയിന്റിംഗുകൾ വരയ്ക്കുമ്പോഴും പ്രത്യേകമായ ഒരു വികാരം അവ സൃഷ്ടിച്ചു. അതിനു പാകത്തിലുള്ള ചായങ്ങളായിരുന്നു അദ്ദേഹം ഉപയോഗിച്ചത്. ഇതേ വികാരമാണ് 'ഗോഗിന്റെ കസേര'യും ഉല്പാദിപ്പിക്കുന്നത്. "ഞങ്ങൾ പിരിയുന്നതിനു ഏതാനും ദിവസങ്ങൾക്കു മുൻപ്, ആശുപത്രിയിൽ പ്രവേശിച്ചിരുന്നല്ലോ, അപ്പോൾ ആൾ ഇരിക്കാത്ത ശൂന്യമായൊരു കസേരയാണ് ഞാൻ വരച്ചത്. ഇരുണ്ട കൈപ്പിടിയും, ചുവപ്പും തവിട്ടും നിറമുള്ള തടി. പച്ചനിറത്തിലുള്ള ഇരിപ്പടം. ആളില്ലാതെ ശൂന്യമായിരുന്ന ഇരിപ്പടത്തിൽ ഒരു മെഴുകുതിരിയും ഏതാനും നോവലുകളും വരച്ചു." കസേരയുടെ ചിത്രം വരയ്ക്കുമ്പോൾ അതിലൂടെ ചിത്രകാരന്റെ വ്യക്തിത്വം സ്ഥാപിക്കാനാണ് വിൻസന്റ് ശ്രമിച്ചത്.

സാഹിത്യത്തോട് പ്രണയമായിരുന്നു തനിക്കെന്ന് കത്തുകളിലൂടെ അദ്ദേഹം വ്യക്തമാക്കിയിട്ടുണ്ട്. എണ്ണൂറോളം പുസ്തകങ്ങളേയും നൂറ്റിഅൻപതോളം എഴുത്തുകാരേയും കത്തുകളിൽ വിൻസന്റ് പരാമർശിച്ചിരുന്നു. ഡച്ചു ഭാഷയ്ക്കു പുറമെ ജർമൻ, ഫ്രഞ്ച്, ഇംഗ്ലീഷ് എന്നീ ഭാഷകളിലുള്ള പുസ്തകങ്ങളുമായും അദ്ദേഹം സൗഹൃദം സ്ഥാപിച്ചു. ചിന്തകളെ കൂടുതൽ സുവ്യക്തമാക്കാനും സ്വന്തം നിലപാടുകൾക്ക് ശക്തിപകരാനും സാഹിത്യത്തെ അദ്ദേഹം ഉപയോഗിച്ചു. അനുഭവങ്ങൾക്കു ഉപോൽബലകമായി സാഹിത്യഗ്രന്ഥങ്ങൾ ഉദ്ധരിക്കപ്പെട്ടു. അദ്ദേഹത്തിന്റെ ജീവിതത്തിലെ നിമ്നോന്നതങ്ങൾ വായനയിലും പ്രതിഫലിച്ചിരുന്നു. ഡച്ച് റിഫോംസ് ചർച്ചയിലെ വൈദികന്റെ മകനെന്ന നിലയ്ക്ക് ബാല്യം ചെലവിട്ട അദ്ദേഹത്തെ പ്രധാനമായും ആകർഷിച്ചത് ബൈബിളായിരുന്നു. അതിൽ നിന്നു സ്വായത്തമാക്കിയ, സുവിശേഷ ഭാഷ വിൻസന്റിന്റെ സാഹിത്യചിന്തകളിലും അത് രേഖപ്പെടുത്തിയ കത്തുകളിലും പ്രതിഫലിച്ചു. 1873-നും 1879-നുമിടയ്ക്ക് ലണ്ടൻ വാസക്കാലത്താണ് മതപരമായ വിശ്വാസം തീവ്രമാകുന്നത്. ബൈബിളിനു പുറമെ തോമസ് കെമ്പിന്റെ 'ദ ഇമിറ്റേഷൻ ഓഫ് ക്രൈസ്റ്റ്', ജോൺ ബനിയന്റെ 'എ പിൽഗ്രിംസ് പ്രോഗ്രസ്സ്' എന്നിവയ്ക്കു പുറമെ സ്കോട്ട്ലന്റുകാരനായ തോമസ് കാർലൈയിലേക്കും ജോർജ് എലിയറ്റ്, ചാൾസ് ഡിക്കൻസ് എന്നിവരുടെ നോവലുകളിലേക്കും അദ്ദേഹം എത്തപ്പെട്ടു. അടിമത്തത്തിനെതിരെ എഴുതപ്പെട്ട ഹാരിയറ്റ് ബീച്ചർ സ്റ്റോയുടെ അങ്കിൾ ടോംസ് ക്യാബിൻ എന്ന നോവൽ വിൻസന്റിന്റെ പ്രിയപ്പെട്ട കൃതികളിലൊന്നായിരുന്നു. വൈകിയാണ്, ഷേക്സ്പിയറിന്റെ നാടകങ്ങളിൽ അദ്ദേഹമെത്തിയത്. ആ നാടകങ്ങൾ തനിക്കു പുതിയൊരു അനുഭവമണ്ഡലം സമ്മാനിച്ചതായി വിൻസന്റ് ആവർത്തിച്ചു.

പ്രകൃതിയുടെ അനുഗ്രഹങ്ങളായ ചിത്രങ്ങൾ

1880 ആകുമ്പോഴേക്കും മതവിശ്വാസത്തിലുള്ള തീവ്രത ദുർബ്ബലമായത് വായനയിലും പ്രതിഫലിച്ചു. തുകൽകൊണ്ട് പൊതിഞ്ഞ കുടുംബത്തിന്റെ വേദപുസ്തകമായ ബൈബിളിന്റെ ചിത്രം വരച്ച ശേഷം വിൻസന്റിനെ ആകർഷിച്ചത് ഫ്രഞ്ചു സാഹിത്യത്തിലൂടെ അക്കാലത്തെ ശ്രദ്ധേയ എഴുത്തുകാരനായ എമിലി സോളയായിരുന്നു. ഗൊൺകോർട്ട് സഹോദരന്മാർ, ഫ്ളാബർ, ബൽസാക്ക്, അൽഫോൻസ് ദാദെ എന്നിവരുടെ നോവലുകൾ അദ്ദേഹം വായിച്ചു. മാനസികമായി തകർന്ന നിലയിൽ ആശുപത്രിയിൽ പ്രവേശിപ്പിക്കപ്പെടുകയും അവിടെ ഒറ്റപ്പെടലിന്റെ

റൂലന്റെ പത്നി

തീവ്രവേദനയിൽ നീറിക്കരിയുകയും ചെയ്തിരുന്ന അവസാന ദിവസങ്ങളിൽ അങ്കിൾ ടോംസ് ക്യാബിനിയിലേക്കും ക്രിസ്തുമസ് കഥകളിലേക്കും മടങ്ങിപ്പോയെങ്കിലും ചിതറിപ്പോയ മനസ്സ് വായനയിൽ രമിക്കാൻ വിസമ്മതിച്ചു. ആ നഷ്ടം അദ്ദേഹം തിരിച്ചറിഞ്ഞു. ഒപ്പം അതിനു പരിഹാരമില്ലെന്നും വേദനയോടെ വിൻസന്റ് മനസ്സിലാക്കുകയുണ്ടായി.

നിരാശകൊണ്ട് കലുഷമായിരുന്നു അദ്ദേഹത്തിന്റെ ജീവിതത്തിലെ അവസാന പതിനഞ്ചു മാസങ്ങൾ. സെന്റ് റെമിയിലെ സെന്റ് പോൾ മഠം എന്ന പേരിലറിയപ്പെടുന്ന മനോരോഗ ചികിത്സാ ക്ലിനിക്കിൽ 1889 മേയ് മുതൽ 1890 മേയ് വരെ ചികിത്സയ്ക്കായി പ്രവേശിപ്പിക്കപ്പെട്ട അദ്ദേഹം, ആ കാലത്തായിരുന്നു അതിപ്രശസ്തങ്ങളായ പെയിന്റിംഗുകൾ വരച്ചത്. അക്കാലത്ത് എഴുതിയ കത്തുകളിലെല്ലാം നഷ്ടപ്പെട്ട സ്വപ്നങ്ങളുടെ വിങ്ങലുകൾ നിറഞ്ഞു നിൽക്കുന്നതായി അനുഭവപ്പെടും. ചെറിയൊരു സംഘത്തിന്റെ ശ്രദ്ധയിൽപ്പെടുകയും ബ്രസ്സൽസിലെ പ്രദർശനത്തിൽ പങ്കെടുക്കാൻ ക്ഷണിക്കപ്പെടുകയും ചെയ്തിരുന്നുവെങ്കിലും പരാജയബോധം അദ്ദേഹത്തെ ഉലച്ചിരുന്നു. അതുവഴി ശാരീരികവും മാനസികവുമായി ഉണ്ടായ ആസക്തികൾ തന്റെ രചനാജീവിതത്തെ തകിടം മറിച്ചതായി കത്തുകളിലൂടെ വിൻസന്റ് പരാതിപ്പെടുകയുണ്ടായി. സെന്റ് റെമിയിൽ നിന്ന് തിയോയ്ക്ക് അദ്ദേഹം ഇങ്ങനെ എഴുതി: “ഈ വർഷത്തിന്റെ അവസാനത്തോടുകൂടി എനിക്ക് എന്തു ചെയ്യാനാവും, എന്തു വേണം എന്നൊക്കെയുള്ള കാര്യങ്ങൾ തീരുമാനിക്കണം. പതുക്കപ്പതുക്കെ, ആഗ്രഹിക്കുന്നതുപോലെ എല്ലാം ചെയ്തു തുടങ്ങണം.” എന്നാൽ, പത്തു ദിവസങ്ങൾക്കുശേഷം വീണ്ടും അദ്ദേഹമെഴുതി: “എന്റെ സ്വപ്നങ്ങൾക്ക് അനുസൃതമായി എനിക്കൊന്നും ചെയ്യാനായില്ലല്ലോ എന്ന പശ്ചാത്താപത്തിലാണ് ഞാൻ, എങ്കിലും ഒടുവിൽ എല്ലാം ശരിയാവും, അല്ലേ?” മുൻപെന്നപോലെ പരീക്ഷണങ്ങളിൽ വ്യാപൃതനാകാനോ കടുത്ത നിറങ്ങൾ ഉപയോഗിക്കാനോ മുതിരാതെ, ‘ലളിതമായ ചായങ്ങൾ’ ഉപയോഗിച്ച് അദ്ദേഹം ചിത്രങ്ങൾ വരച്ചു തുടങ്ങി.

പ്രകൃതിയിലും പ്രകൃതിദൃശ്യങ്ങളിലും ഒതുങ്ങി ചിത്രങ്ങൾ വരയ്ക്കാൻ അപ്പോൾ അദ്ദേഹം നിർബ്ബന്ധിതനായി. സെന്റ് റെമിയിൽ ചികിത്സിച്ചിരുന്ന ഡോക്ടർ തിയോഫൈൻ പെയ്റോൺ ക്ലിനിക്കിനു പുറത്തുപോകാൻ വിൻസന്റിനെ അനുവദിച്ചില്ല. കൂടെക്കൂടെ അസുഖബാധിതനാകുന്നതുകൊണ്ടായിരുന്നു സ്വതന്ത്രമായ അദ്ദേഹത്തിന്റെ ചലനത്തിനു നിയന്ത്രണം ഏർപ്പെടുത്തിയിരുന്നത്. അതുകൊണ്ടു തന്നെ അക്കാലത്ത് അദ്ദേഹം വരച്ചിരുന്ന ചിത്രങ്ങൾ, നാല് ചുവരുകൾക്കപ്പുറമുള്ള കാഴ്ചകളായിരുന്നു. മറ്റൊരു വിധത്തിൽ, ജാലകക്കാഴ്ചകൾ. പൈൻമരങ്ങളും മറ്റു സസ്യജാലങ്ങളും പെയിന്റു ചെയ്യുന്നതിനിടയിൽ ഷേക്സ്പിയർ കൃതികളുടെ വായനയിൽ ആവേശഭരിതനായി സഹോദരി വില്ലിനു അദ്ദേഹമെഴുതി: “വായന പൂർത്തിയാക്കിയ ശേഷം ഞാൻ ചിത്രമെഴുത്തിലേക്ക് മടങ്ങുകയാണ്. പുൽത്തുമ്പുകളും പൈൻമരഇലകളും

വേരുകൾ

വിളഞ്ഞു പഴുത്ത ഗോതമ്പിന്റെ മണികളും എനിക്ക് സ്വാസ്ഥ്യം നൽകുന്നു. ചിത്രമെഴുത്തുകാർ ചെയ്യുന്നതുപോലെ, വെള്ളയും ചുവപ്പും കലർന്ന പൂക്കൾ നിറഞ്ഞ ചെടികൾ നിനക്കും നോക്കിയിരിക്കാവുന്നതാണ്. അതിലൂടെ അസ്വസ്ഥതകൾ പതുക്കെ മാഞ്ഞുപോകും."

അക്ഷരാർത്ഥത്തിൽ താനൊരു തടവുകാരനായിരിക്കയാണെന്ന് അക്കാലത്ത് അദ്ദേഹം പരിഭവിച്ചിരുന്നു. "തുറസ്സുകൾ എനിക്കു അന്യമായിരിക്കയാണ്. പുറത്തിറങ്ങി സ്വാതന്ത്ര്യത്തോടെ നടക്കാനും തോന്നും പോലെ ചിത്രങ്ങൾ വരയ്ക്കാനും സാധിക്കുന്നില്ല." അതിനിടയിലാണ് സെന്റ് റെമിയുടെ അതിർത്തിയിൽ വളർന്നു നിൽക്കുന്ന "സൈപ്രസ്സ് മരങ്ങൾ" അദ്ദേഹം ചിത്രത്തിലാക്കുന്നത്. "പ്രകൃതിദൃശ്യങ്ങളുടെ തനിമ ചായത്തിലൂടെ ആവാഹിക്കുമ്പോൾ യഥാതഥ്യതയേക്കാൾ പ്രാധാന്യം നൽകേണ്ടത് അവയുടെ സ്വഭാവത്തിനാണ്" അങ്ങനെ ചെറുതും വലുതുമായ ചിത്രരചനയ്ക്കിടയിൽ 'നക്ഷത്രരാത്രി' വരച്ചത് അദ്ദേഹത്തിന്റെ കലാജീവിതത്തിലെ അസുലഭമായി നേട്ടമായി. "ഇരുട്ടു നിറഞ്ഞ ആകാശത്തെ പ്രഭാപൂർണ്ണമാക്കിക്കൊണ്ട് കണ്ണുമിഴിക്കുന്ന താരജാലങ്ങൾ." ആത്മീയതയുടെ അനുഗ്രഹമായാണ് അദ്ദേഹത്തിന് അനുഭവപ്പെട്ടത്.

"സൂര്യകാന്തിപ്പൂക്കളി"ൽ നിന്നു 'സൈപ്രസ്സി'ലെത്തിയ വിൻസന്റിന്റെ ചിത്രരചനാ കാലം അതീവ നിർണ്ണായകമായി മാറുകയുണ്ടായി. ഒരു

കലാനിരൂപകൻ ആ കാലം വിലയിരുത്തിയതിങ്ങനെയാണ്: “സെന്റ് റെമിയിലെ വാസക്കാലത്ത് ബ്രഷിലും പെയിന്റിലും കാൻവാസിലും തന്റെ ആധിപത്യം സ്ഥാപിക്കാൻ വിൻസന്റിനായി. മറ്റൊരു വിധത്തിൽ അക്കാലത്ത് അദ്ദേഹം വരച്ച ചിത്രങ്ങൾ സ്വാതന്ത്ര്യത്തിന്റെ പാരമ്യത പ്രഖ്യാപിക്കുന്നവയാണ്.”

ഇടയ്ക്കുവെച്ച് മാനസികമായ അസ്വാസ്ഥ്യങ്ങൾ അദ്ദേഹത്തെ ദുർബ്ബലനാക്കുകയും സഹായത്തിനായി മറ്റുള്ളവരെ ആശ്രയിക്കേണ്ട നിസ്സഹായതയിൽ നിപതിക്കുകയും ചെയ്തിരുന്നുവെങ്കിലും 1890 മേയ് മാസം, ഒരു കൊല്ലത്തിനു ശേഷം സെന്റ് റെമിയോട് അദ്ദേഹം വിടപറഞ്ഞു. അപ്പോൾ തിയോയ്ക്ക് ഇങ്ങനെ എഴുതി: “ഞാനൊരു പരാജയമായിരിക്കുന്നു. അതെന്റെ വിധിയാണ്. അത് അംഗീകരിക്കാതെ മറ്റെന്ത് ചെയ്യാൻ? അതൊന്നും മാറുകയില്ല. വേറൊരു കാരണം കൂടിയുണ്ട് അതിന്. എല്ലാത്തരം മോഹങ്ങളും സ്വയം ഉപേക്ഷിക്കുക എന്നതാണ് അത്.” കടുത്ത നിരാശയായിരിക്കണം അങ്ങനെ എഴുതാൻ വിൻസന്റിനെ പ്രേരിപ്പിച്ചത്. എന്നാൽ, ഒരു ദിവസം ഒരു പെയിന്റിംഗ് എന്ന കണക്കിൽ എഴുപതു പെയിന്റിംഗുകൾ അത്രയും ദിവസങ്ങൾകൊണ്ട് അദ്ദേഹം വരച്ചു എന്നത് അതിശയമാണ്. എങ്കിലും വിൻസന്റിന് തന്നെ ആവരണം ചെയ്യുന്ന നിരാശയിൽ നിന്ന് മോചനം തേടാനായില്ല.

സെൽഫ് പോർട്രയിറ്റ്

4 വിൻസന്റിന്റെ ജീവിതത്തിലെ സ്ത്രീകൾ

1904 വിൻസന്റ് കഥാവശേഷനായിട്ട് അപ്പോൾ പത്തിൽപ്പരം കൊല്ല ങ്ങൾ (1890) പിന്നിട്ടിരുന്നു. വിൻസന്റിനു പിന്നാലെ തിയോയും വിടവാ ങ്ങിയിരുന്നു. അപ്പോൾ ആരും അറിഞ്ഞില്ല, വിൻസന്റിന്റെ കിടക്കയ്ക്ക് ചൂടു പകർന്നിരുന്ന സീൻ ഹൂർണിക്ക് എന്ന സ്ത്രീ ആത്മഹത്യ ചെയ്തത്. ഹേഗിൽ വെച്ച് ഒരു പുഴയിൽ ചാടി ജീവനൊടുക്കുമ്പോൾ, 1883-ൽ വിൻസന്റിനു നൽകിയ ഒരു പ്രതിജ്ഞയായിരുന്നു നിരാധാര യായ ആ സ്ത്രീ. "ശരിയാണ് ഞാനൊരു അഭിസാരികയാണ്. വെള്ള ത്തിൽ മുങ്ങി മരിക്കുക മാത്രമാണ് എനിക്ക് അന്ത്യമായിട്ടുള്ളത്." ആ പ്രതിജ്ഞ അവർ പാലിച്ചു.

ചിത്രരചനയ്ക്കായി മോഡലുകളെ കണ്ടെത്താൻ നടത്തിയ അന്വേ ഷണത്തിനിടയിലാണ് ഒരു കുട്ടിയുടെ അമ്മയായ സ്ത്രീയെ വിൻസന്റ് കണ്ടെത്തിയത്. അവരോടൊപ്പം ആ സ്ത്രീയുടെ അമ്മയുമുണ്ടായിരുന്നു. "പാവങ്ങളാണ് അവർ. മോഡലിംഗിന് അവർ തയ്യാറാണ്." അവരെ താമസസ്ഥലത്തു കൊണ്ടുവന്ന വിൻസന്റ്, ബന്ധങ്ങൾ മുറിഞ്ഞുപോയ ആ കൊച്ചുകുടുംബത്തെ സ്വന്തം കാലിൽ നിറുത്താനുള്ള ശ്രമത്തി ലേർപ്പെട്ടു. ഗർഭിണിയായിരുന്നു ആ സ്ത്രീ. അഭിസാരികയായി ജീവി ച്ചിരുന്ന ആ സ്ത്രീയോടുള്ള തന്റെ സ്നേഹം തിയോയെ അറിയിച്ചിട്ട് അദ്ദേഹം എഴുതി: "നിരവധി മാസങ്ങളായി അവളേയും അവളുടെ കുടും ബത്തേയും ഞാൻ പോറ്റുകയായിരുന്നു." വൈകാതെ അവളെ ഭാര്യ യാക്കാൻ ഉദ്ദേശിക്കുന്നതായി അനുജനെ അദ്ദേഹം അറിയിച്ചെങ്കിലും ആ ആഗ്രഹം അലസിപ്പോകുകയാണുണ്ടായത്.

മോഡലുകളായി സ്ത്രീകളെ കണ്ടെത്തുന്നതിനുള്ള പരിശ്രമത്തി നിടയിൽ ഒരു കൊച്ചുകുടുംബം ഉണ്ടാക്കണമെന്നത് വിൻസന്റിന്റെ തീവ്രാഭിലാഷമായിരുന്നു. അവരിൽ പലരും അദ്ദേഹത്തിന്റെ ജീവിതം

കീയും കുട്ടിയും

പങ്കിട്ടിരുന്നു. എന്നാൽ, ഒരു കുടുംബം വിൻസന്റിന്റെ മോഹം മാത്രമായി അവശേഷിച്ചു. അതിൽ നിന്നുണ്ടായ പരിക്കുകളുമായി ജീവിക്കുന്നതിനിടയിലാണ് സീൻ എന്നു വിളിച്ചിരുന്ന ക്ലാസിന സീൻ ഹൂർണിക്ക് വിൻസന്റിന്റെ ജീവിതത്തിലെത്തിയത്. അതിനു മുൻപ്, യുവാവായിരിക്കുമ്പോൾ ഒരു സ്ത്രീയിൽ അനുരക്തനായ അദ്ദേഹം അവളെ ഭാര്യയാക്കാൻ പരിശ്രമിച്ചതാണ്. അതിനുവേണ്ടി അനുഭവിച്ച തടസ്സങ്ങൾ, എതിർപ്പുകൾ, അപമാനങ്ങൾ വളരെയായിരുന്നു. വൈദികനായ പിതാവിന്റെ വിട്ടുവീഴ്ചയില്ലാത്ത എതിർപ്പും അക്കാര്യത്തിൽ വിൻസന്റിനു നേരിടേണ്ടി വന്നു.

ഇർവിംഗ് സ്റ്റോൺ എഴുതിയ ലസ്റ്റ് ഫോർ ലൈഫ് എന്ന നോവലിൽ ഈ അനുരാഗ കഥ ഹൃദയസ്പൃക്കായി പ്രതിപാദിച്ചിട്ടുണ്ട്. ആ നോവൽ ചലച്ചിത്രമാക്കിയപ്പോൾ വിൻസന്റായി അഭിനയിച്ചത് കിർക്ക് ഡഗ്ലസ് എന്ന ഹോളിവുഡ് നടനായിരുന്നു. ആ നടനിലൂടെയാണ്, ലോകം വിൻസന്റ് വാൻഗോഗുമായി പരിചയത്തിലാവുന്നത്.

കീയെന്ന വിധവയ്ക്കു വേണ്ടി

ബെൽജിയത്തിലെ ബോറിനേജിലെ കൽക്കരി ഖനിത്തൊഴിലാളികൾക്കിടയിൽ സുവിശേഷ പ്രാസംഗികനായെത്തിയെങ്കിലും അധികനാൾ അവിടെ അദ്ദേഹത്തിനു തുടരാനായില്ല. പള്ളിമേലധികാരികൾ അദ്ദേഹത്തെ പിരിച്ചുവിട്ടു. അക്കാലത്താന് താൻ താമസിക്കുന്നിടത്തുനിന്ന് വളരെ അകലെയുള്ള, ഫ്രഞ്ചുകാരനായ പെയിന്റർ ജൂൾസ് ബ്രെറ്റനെ സന്ദർശിക്കാനായി എഴുപതു കിലോമീറ്റർ നടന്നുപോയതും ബ്രെറ്റനെ സന്ദർശിക്കാനാവാതെ മടങ്ങിവന്നതും. തുടർന്ന് ബ്രസ്സൽസിലുള്ള ചിത്രരചനാ സ്ഥാപനത്തിൽ വിദ്യാർത്ഥിയായെങ്കിലും അവിടെ തുടർന്ന് പഠനം പൂർത്തിയാക്കാൻ വിൻസന്റിനു സാധിച്ചില്ല.

അതിനുശേഷം ഏറ്റനിൽ താമസിക്കുകയായിരുന്ന മാതാപിതാക്കളുടെ അടുത്ത് ഗ്രീഷ്മകാലത്തെത്തുമ്പോഴാണ് വിൻസന്റിന്റെ ജീവിതത്തിൽ മായ്ച്ചാലും മായാത്ത കരടായി മാറിയ ആ സംഭവം ഉണ്ടായത്. കീയെന്ന് വിളിച്ചിരുന്ന കൊർണിലിയ അഡ്രിയാന വോസ് സ്ട്രിക്കർ എന്ന മദ്ധ്യവയസ്കയെ അവിടെവച്ച് അദ്ദേഹം വീണ്ടും കണ്ടുമുട്ടി. മൂന്നു കൊല്ലം മുൻപ് പരിചയപ്പെട്ട കീയുടെ ഭർത്താവ് രോഗം മൂലം മരിച്ചിരുന്നു. അഞ്ചു വയസ്സുള്ള മകന്റെ പരിപാലനത്തിൽ മാത്രം ശ്രദ്ധ കേന്ദ്രീകരിച്ച് ജീവിക്കുകയായിരുന്ന ബന്ധു കൂടിയായ ആ വിധവയെ തന്റെ ജീവിതപങ്കാളിയാക്കാൻ ആഗ്രഹിച്ച വിൻസന്റ് മുപ്പത്തിയഞ്ചുകാരിയായ അവരെ സന്ദർശിച്ച് തന്റെ മോഹം അറിയിച്ചു. മറ്റു സ്ത്രീകളെപ്പോലെ അവർ ആകർഷകമായ വേഷങ്ങൾ ധരിക്കുകയോ അണിഞ്ഞൊരുകയോ

സ്ത്രീയുടെ ശിരസ്സ്

ചെയ്തിരുന്നില്ല. യാഥാസ്ഥിതികയായ വീട്ടമ്മ. വിൻസന്റിന്റെ ഇംഗിതം അറിഞ്ഞ കീയുടെ മറുപടി അപ്രതീക്ഷിതമായിരുന്നു. “ഇല്ല, ഒരിക്കലും വയ്യ.” അങ്ങനെ നിഷേധാത്മകമായ നിലപാട് താൻ പ്രതീക്ഷിച്ചിരുന്നില്ലെന്ന് കത്തിൽ വിൻസന്റ് വെളിപ്പെടുത്തി. “ഭൂതകാലവും ഭാവികാലവും തനിക്കില്ലാത്ത സാഹചര്യത്തിൽ എന്റെ വികാരങ്ങളോട് പ്രതികരിക്കാനാവില്ലെന്ന കീയുടെ നിലപാടിനോട് എനിക്ക് യോജിക്കാനായില്ലെന്നും” അദ്ദേഹമെഴുതി. ഒരു മറുപടിയോടെ എല്ലാമവസാനിപ്പിക്കാൻ അദ്ദേഹം തയ്യാറായില്ല. മറിച്ച് “എന്നെ സ്നേഹിക്കും വരെ ഞാനവളെ സ്നേഹിക്കുമെന്ന” പ്രഖ്യാപനത്തോടുകൂടി കീയുടെ മനസ്സുമാറ്റാൻ വിൻസന്റ് കഠിനമായി ശ്രമിച്ചു. “എന്റെ ജീവിതവും എന്റെ പ്രേമവും ഒന്നുതന്നെയാണ്. എന്റെ ഹൃദയത്തിൽ അമർത്തിവെച്ച് അലിയിക്കാവുന്ന ഒരു മഞ്ഞുകഷണമായാണ്, ഇല്ല ഒരിക്കലും വയ്യ എന്ന അവളുടെ വാക്കുകളെ ഞാൻ കാണുന്നത്. മഞ്ഞുകട്ടിയുടെ തണുപ്പോ, അതോ എന്റെ ഹൃദയത്തിന്റെ ചൂടോ ഏതാണ് അന്തിമമായി വിജയിക്കുക? നല്ല

ഉദ്ദേശ്യത്തോടെയാണ് ഞാനീ കാര്യങ്ങളിൽ ഇടപെടുന്നത്. എന്നിട്ടും മറ്റുള്ളവർ എന്തിന് എന്നെ പഴിക്കുന്നു? മഞ്ഞുരുകുകയില്ലെന്നും എന്റെ സ്നേഹപ്രകടനം വെറും വിഡ്ഢിത്തമാണെന്നും അവർക്കെങ്ങനെ വിധിയെഴുതാനാവും? മഞ്ഞുരുകയില്ലെന്നത് ഏതു ശാസ്ത്രത്തിൽ നിന്നാണ് അവർ പഠിച്ചത്?"

"കീ ഒരാളെ സ്നേഹിച്ചിരുന്നു. അതുകൊണ്ടു തന്നെ മറ്റൊരാളുമായി സ്നേഹം ഒഴിവാക്കണമെന്ന് കീയുടെ തോന്നൽ മനസ്സാക്ഷി നിറഞ്ഞതാണ്. ഒരുതരത്തിലുള്ള ആത്മാർപ്പണമാണ് അവൾ നടത്തിയിരിക്കുന്നത്.

"ആ വികാരത്തെ ഞാൻ ആദരിക്കുകയും അവളുടെ ദുഃഖത്തിൽ ഞാൻ ഗാഢമായി സഹതപിക്കുകയും ചെയ്യുന്നുണ്ടെങ്കിലും വിധിക്കായി സ്വന്തം ജീവിതത്തെ അവൾ വിട്ടുകൊടുത്തതു വഴി വലിയൊരു വിഡ്ഢിത്തം കാണിച്ചിരിക്കുകയാണെന്ന് എനിക്ക് അവളെ ബോദ്ധ്യപ്പെടുത്തേണ്ടതുണ്ട്. അതിൽ നിന്നു അവളെ ഉയർത്തിയെടുക്കാൻ ഞാൻ ശ്രമിക്കും. അവളല്ലാതെ, മറ്റാരും വേണ്ടെന്ന് തന്നെ ഞാൻ തീരുമാനിച്ചിരിക്കുകയാണ്." ഇക്കാര്യത്തിൽ അച്ഛന്റേയും അമ്മയുടേയും സഹായം ഉറപ്പാക്കണമെന്ന് തിയോയോട് അദ്ദേഹം ആവശ്യപ്പെട്ടു. പക്ഷേ, ഒന്നും സംഭവിച്ചില്ല.

സീൻ ഹൂർണിക്

മാർഗരറ്റ്

തന്നിൽ നിന്ന് ബോധപൂർവ്വം കീ ഒഴിഞ്ഞുമാറുന്നതിൽ വിൻസന്റ് തീവ്രമായി പരിതപിച്ചു. അവളെ ജീവിതപങ്കാളിയാക്കാനായി ആരും സഹായിക്കില്ലെന്ന് ബോദ്ധ്യമായ സാഹചര്യത്തിൽ ആംസ്റ്റർഡാമിലെ വസതിയിൽച്ചെന്ന് കീയെ നേരിൽ കാണാൻ ശ്രമിച്ചെങ്കിലും മാതുലൻ കൂടിയായ അവളുടെ പിതാവ് റെവറന്റ് സ്ട്രിക്കേഴ്സ് അതനുവദിച്ചില്ല. അത്താഴത്തിനുശേഷം തുടർച്ചയായി മൂന്നു ദിവസം വിൻസന്റ് അവിടെ ച്ചെന്നു. കീയുടെ അമ്മയും അച്ഛനും സഹോദരനും മാത്രമേ അവിടെ യുണ്ടായിരുന്നുള്ളൂ. തന്നിൽ നിന്ന് കീയെ തന്ത്രപൂർവ്വം മാറ്റിയിരിക്കുക യാണെന്ന് വിൻസന്റ് മനസ്സിലാക്കി. അന്തസ്സുള്ള തൊഴിലോ സ്ഥിരമാ യൊരു വരുമാനമോ ഇല്ലാത്ത വിൻസന്റിനെ ഭർത്താവായി സ്വീകരിക്കാൻ കീ തയ്യാറാവുകയില്ലെന്ന് അവളുടെ സഹോദരൻ പറയുക മാത്രമല്ല, വീട്ടിൽ നിന്നു പുറത്തുപോകാൻ അപ്പോൾ ആവശ്യപ്പെടുകയുമുണ്ടായി. തന്റെ അന്തസ്സിനു മുറിവേൽക്കുന്നതാണെന്ന് അറിഞ്ഞെങ്കിലും കീയെ നേരിൽക്കണ്ട് സഹോദരന്റെ അഭിപ്രായമാണോ അവളുടേതെന്ന് അറിയാതെ പോവുകയില്ലെന്നു ശാഠ്യം പ്രകടിപ്പിച്ചുകൊണ്ട്, ദൈവരൂപ ത്തിനു മുൻപിൽ കത്തിച്ചുവെച്ചിരുന്ന മെഴുകുതിരിയിൽ കൈവച്ചിട്ട് വിൻസന്റ് പറഞ്ഞു: "അവളെ കാണുന്നതുവരെ എന്റെ കൈ ഈ

ദീപത്തിൽ ഇരിക്കും." എന്നാൽ, പെട്ടെന്ന് ആരോ മെഴുകുതിരി ഊതി ക്കെടുത്തിയതിനാൽ കയ്യിലേറ്റ പൊള്ളൽ ഗുരുതരമായില്ല. വിൻസന്റ് നിരാശനായി മടങ്ങി.

കൊഴിഞ്ഞുവീണ പ്രണയപുഷ്പം

ന്യൂവെന്നിൽ വെച്ച് പരിചയപ്പെട്ട മാർഗറ്റ് ബെർഗ്മാനുമായി ഉണ്ടായ അടുപ്പവും കുറ്റപ്പെടുത്തലുകളിലും അപവാദത്തിലും അവസാനിച്ച തോടെ ഒരു സ്ത്രീയെ സ്വന്തമാക്കുക അസാദ്ധ്യമാണെന്ന വിചാരം വിൻസന്റിന്റെ ഉപബോധത്തിൽ വേരോടിത്തുടങ്ങി. ക്രിമോണ എന്ന പ്രശസ്ത ബ്രാന്റിൽ അറിയപ്പെടുന്ന വിലമതിക്കാനാവാത്ത വയലിനോ ടായിരുന്നു മാർഗറ്റിനെ അദ്ദേഹം ഉപമിച്ചത്. "കൈകാര്യം ചെയ്യാൻ അറിഞ്ഞുകൂടാത്ത ആരോ, ആ വയലിനെ ചീത്തയാക്കിയിരിക്കുന്നു. അതിനെ മികവുള്ളതാക്കി ഉപയോഗിക്കാൻ കഴിയുംവിധം ശരിയാക്കു കയാണ് തന്റെ ദൗത്യമെന്ന് തിയോയെ അദ്ദേഹം അറിയിച്ചു. ന്യൂവെ ന്നിലെ പ്രൊട്ടസ്റ്റന്റ് വിശ്വാസികളായ അതിസമ്പന്നമായ ഒരു കുടുംബ ത്തിലെ മൂന്നു പെൺകുട്ടികളിൽ ഒരാളായിരുന്നു അവൾ. ആ മൂന്നുപേരും അവിവാഹിതകളായിരുന്നു. വൈദികവൃത്തിയിൽ നിന്ന് വിരമിച്ച അവ രുടെ പിതാവ് ന്യൂവെന്നിൽ അതിഗംഭീരമായ ഒരു വീട് പണിഞ്ഞിരുന്നു. അവിവാഹിതകളായ തന്റെ മക്കൾക്കുവേണ്ടി.അവരാരും പഠിക്കുകയോ, വീടിനു പുറത്തിറങ്ങി മറ്റുള്ളവരുമായി ഇടപഴകുകയോ ചെയ്തിരുന്നില്ല. അങ്ങനെ അന്യപുരുഷന്റെ കാറ്റുപോൽമേലുക്കാതെ വളർന്നുവന്ന അവരിൽ മാർഗറ്റായിരുന്നു സുന്ദരി. ചെറുപ്പം പിന്നിട്ടിരുന്നുവെങ്കിലും അവളിൽ പ്രസരിച്ചിരുന്ന നിഷ്കളങ്കത ആരെയും വശീകരിക്കുന്നതായി.

കുടുംബവൃത്തത്തിനകത്തു തന്നെ ഒതുങ്ങി ജീവിച്ച അവൾ ആക സ്മികമായാണ് വിൻസന്റിനെ പരിചയപ്പെട്ടതെങ്കിലും വളരെ വേഗം ആ

വിൻസന്റിന്റെ പിതാവ് തിയോഡറസ്,
മാതാവ് അന്ന വാൻഗോ, സഹോദരി എലിസബത്ത്

സഹോദരൻ തിയോ, തിയോയുടെ ഭാര്യ ജോയും കുട്ടിയും

പരിചയപ്പെടൽ പ്രണയമായി പുഷ്പിച്ചു. ഒരു ദിവസം, വിജനമായ വീടിന്റെ മുൻവശത്തെ മുറിയിലെ സോഫയിൽ വിൻസന്റുമായി പരിരംഭണം ചെയ്ത നിലയിൽ മാർഗററ്റിനെ യാദൃച്ഛികമായി അവിടെ വന്ന ഒരു ബന്ധു കണ്ടതോടെ ആ കുടുംബം കൊടുങ്കാറ്റിൽ ആടിയുലഞ്ഞു. കുടുംബത്തിലെ മുതിർന്നവരുടെ മുൻപിലേക്ക് വിൻസന്റിനേയും മാർഗററ്റിനേയും ഹാജരാക്കി. ചെയ്തുപോയ കൊടിയ കുറ്റത്തിന് അവരെ ശിക്ഷിക്കുകയായിരുന്നു ആ വിചാരണയുടെ ഉദ്ദേശ്യം. അപ്പോൾ അവിടെ സന്നിഹിതരായിരുന്നവരോട് വിൻസന്റ് പറഞ്ഞു: "മാർഗററ്റിനെ എനിക്കിഷ്ടമാണ്. അവളെ ഞാൻ വിവാഹം ചെയ്യാൻ തീരുമാനിച്ചിരിക്കുകയാണ്." വിചാരണയ്ക്കെത്തിയ മുതിർന്നവർ അത് അനുവദിച്ചില്ല. അപ്പോൾ അവർ ഉൽക്കണ്ഠപ്പെട്ടത്, മാർഗററ്റ് ഗർഭിണിയായിരിക്കുകയാണെന്നായിരുന്നു. എത്രയും വേഗം ഡോക്ടറുടെ പരിശോധനയ്ക്ക് വിധേയമാക്കിയ ശേഷം വിൻസന്റിന്റെ അപേക്ഷകൾ നിരസിച്ചുകൊണ്ട് മാർഗരറ്റിനെ അകലെയുള്ള ഒരു ബന്ധുഗൃഹത്തിലെത്തിക്കാൻ അവർ തീരുമാനിച്ചു. തുടർന്നുണ്ടായ സംഭവങ്ങളെക്കുറിച്ച് തിയോയ്ക്ക് വിൻസന്റ് ഇങ്ങനെ എഴുതി: "ഒരു ദിവസം അവളുമായി നടക്കാനിറങ്ങിയതാണ്. പെട്ടെന്നവൾ കാലിടറി നിലത്തുവീണു. കഴിഞ്ഞ ദിവസങ്ങളിലെ മാനസിക സംഘർഷത്തിന്റെ ഫലമായുള്ള ശാരീരികമായ അവശതയായിരിക്കും അതിന് കാരണമെന്ന് ഞാൻ ഊഹിച്ചെങ്കിലും പെട്ടെന്ന് അവൾ വിവശയായി. സംസാരിക്കാനായില്ല. വാക്കുകൾ മുറിഞ്ഞുപോയി. ഞെട്ടിവിറയ്ക്കാനും തുടങ്ങി. പെട്ടെന്ന് എനിക്കു സംശയം തോന്നി, കാരണമാരാഞ്ഞപ്പോഴാണ് ആത്മഹത്യ ചെയ്യാൻ വിഷം കഴിച്ചെന്ന് വിമ്മിവിമ്മി മാർഗററ്റ് വെളിപ്പെടുത്തിയത്."

ഉടൻ തന്നെ ഡോക്ടറുടെ പരിചരണം ലഭ്യമാക്കാനായതുകൊണ്ട് മരണത്തിൽ നിന്ന് മാർഗററ്റ് രക്ഷപ്പെട്ടെങ്കിലും ആരോഗ്യം വീണ്ടെടുത്തു

പഴയ നിലയിലെത്തുന്നതിനു മുൻപു തന്നെ അവളെ അവിടെ നിന്നും മറ്റൊരിടത്തുള്ള ബന്ധുഗൃഹത്തിലേക്ക് കൊണ്ടുപോയി.

ക്രിസ്റ്റീന എന്ന സ്ത്രീ

മറ്റൊരിക്കൽ ഗർഭിണിയായ ക്രിസ്റ്റീനയെ രക്ഷപ്പെടുത്തേണ്ട ആവശ്യം തിയോയെ വിൻസന്റ് ഓർമ്മിപ്പിക്കുകയുണ്ടായി. "കഴിഞ്ഞ ഒന്നുരണ്ടു ആഴ്ചകളായി ശാരീരികമായി ഞാൻ പരിക്ഷീണനായിരിക്കുന്നു. രാത്രികാലങ്ങളിൽ ഉറങ്ങാനാവുന്നില്ല. വിറയലും പനിയലും. അതൊന്നും വകവെയ്ക്കാതെ ജോലിയിൽ മുഴുകാനാണ് എന്റെ ശ്രമം. രോഗിയായി വീഴാൻ എനിക്ക് അവകാശമില്ല. ക്രിസ്റ്റീനയും അവളുടെ അമ്മയും ചെറിയൊരു വീട്ടിലേക്ക് താമസം മാറ്റിയിരിക്കുകയാണ്. ലെയ്ഡിൽ നിന്നും മടങ്ങിവന്നശേഷം എന്നോടൊപ്പം താമസിക്കാനാണ് അവളുടെ ഉദ്ദേശ്യം. എവിടെപ്പോയാലും എന്നോടൊപ്പം വരാൻ അവൾ ആഗ്രഹിക്കുന്നു. മാർച്ചിൽ ഡോക്ടറെ സന്ദർശിച്ചപ്പോൾ പ്രസവം എപ്പോഴുണ്ടാവുമെന്ന് വ്യക്തമായി ഒന്നും പറഞ്ഞിരുന്നില്ലെങ്കിലും ജൂൺ അവസാനത്തോടെ അതുണ്ടാകുമെന്ന് ഇപ്പോൾ തീർച്ചയായിരിക്കുന്നു. അവൾ ആരോടൊപ്പമാണ് താമസിച്ചിരുന്നത്, മുൻപ് അവളുടെ സ്ഥിതി എന്തായിരുന്നു, അതൊന്നും ഞാൻ തിരക്കുന്നില്ല. ഒരു കാര്യത്തിൽ എനിക്ക് നിശ്ചയമുണ്ട്. വീണ്ടും തെരുവിലിറങ്ങിയാൽ അവളുടെ മരണമായിരിക്കും അതിന്റെ ഫലം. ഇക്കഴിഞ്ഞ ശൈത്യകാലത്താണ് ഞാനവളെ കണ്ടുമുട്ടിയത്. എല്ലാ സഹായവും ഞാൻ ചെയ്തുകൊടുത്തു. ഇപ്പോൾ അവൾ ഉന്മേഷവതിയായിരിക്കുന്നു. കുട്ടിക്കുപ്പായവും തുന്നികാത്തിരിക്കുകയാണ്.

സീൻ ഹൂർണിക്

അത്തരം ബന്ധങ്ങൾ ഇടയ്ക്കുവെച്ച് മുറിഞ്ഞുപോവുകയോ അലസുകയോ ചെയ്തിരുന്നതിന്റെ ഫലമായി തനിക്കുണ്ടായ മാനസികാഘാതം, പക്ഷേ വിൻസന്റ്

ആരെയും അറിയിച്ചില്ല. സഹോദരനായ തിയോയ്ക്കല്ലാതെ ആർക്കും, അമ്മയും അച്ഛനും ഉൾപ്പെടെയുള്ള കുടുംബാംഗങ്ങൾക്കുപോലും തന്നെ തിരിച്ചറിയാൻ സാധിച്ചിട്ടില്ലെന്ന് കത്തുകളിൽ സങ്കടത്തോടെ വിൻസന്റ് വിഷാദിച്ചിട്ടുണ്ട്. ചിത്രമെഴുത്താണ് തന്റെ ഭാഗധേയമെന്ന വിശ്വാസം ഏതു പ്രാതികൂല്യങ്ങളിലും അത് അദ്ദേഹം ഉപേക്ഷിച്ചില്ല. എങ്കിലും അതിൽക്കൂടി യാതൊരു വരുമാനവും ഉണ്ടാക്കാനാവാത്തതിൽ അദ്ദേഹം അതീവ ഖിന്നനായിരുന്നു.

പട്ടിണിക്കിടയിലും

സീൻ എന്ന സ്ത്രീയുമായുള്ള ബന്ധത്തെപ്പറ്റി എഴുതുമ്പോൾ തിയോയ്ക്കുപോലും പരിചിതമല്ലാത്ത വിൻസന്റാണ് ഉരുത്തിരിയുന്നത്. മനുഷ്യത്വത്തിന്റെ അവതാരമായി അദ്ദേഹം മാറുന്നു. യാതൊരു കലവറയുമില്ലാതെ, അദ്ദേഹം തിയോയ്ക്ക് ഇങ്ങനെ എഴുതി: “ഞാൻ അവളോടും അവൾ എന്നോടും ശരിയായ അർത്ഥത്തിൽ അടുപ്പത്തിലാണ്. കഴിഞ്ഞ കൊല്ലം കീയോടുണ്ടായതുപോലുള്ള സ്നേഹം സീനിനോട് എനിക്കില്ലെന്നത് വെറും സത്യം. എന്നാൽ, എനിക്കു വീണ്ടും സ്നേഹിക്കാൻ സാധിക്കുമെന്നാണ് അവളോടുള്ള അടുപ്പം കാണിക്കുന്നത്. സന്തോഷം കെട്ട രണ്ടു ജീവിതങ്ങൾ. അവർ ഒരുമിച്ച് ജീവിതമെന്ന ഭാരം വഹിക്കുന്നു. അങ്ങനെ സന്തോഷമില്ലായ്മ സന്തോഷമായി മാറുന്നു. അസഹനീയമെന്നത് സഹനീയമാകുന്നതുപോലെ. അവളുടെ അമ്മ ചെറിയ ഒരു സ്ത്രീയാണ്. എട്ടു മക്കളെ അവർ പ്രസവിച്ചു. വേലക്കാരിയായി ജോലി ചെയ്ത് അവർ കുടുംബത്തെ പരിപാലിച്ചു.

അഗസ്റ്റിന

കുടുംബത്തിനു എതിർപ്പാണെങ്കിൽ സീനിയെ വിവാഹം ചെയ്യണമെന്ന് ഞാൻ ശഠിക്കുകയില്ല. അവളോട് വിശ്വാസപൂർവ്വം ഞാൻ പെരുമാറും. ഇക്കാര്യത്തിൽ വലിയ പ്രാധാന്യമാണ് അച്ഛൻ നൽകുന്നത്. അവളെ ഭാര്യയായി സ്വീകരിക്കുന്നതിനോട് അദ്ദേഹം യോജിക്കുന്നില്ല. അതേസമയം വിവാഹം ചെയ്യാതെ അവളോടൊപ്പം ഞാൻ ജീവിക്കുന്നതിനെ അദ്ദേഹം എതിർക്കുകയും ചെയ്യുന്നു. അച്ഛനെപ്പോലുള്ളവർ മുദ്രകുത്തുന്നതിങ്ങനെയാണ്: സ്വന്തം സ്ഥാനവും മാന്യതയും വിസ്മരിക്കലായിരിക്കും അവളെ വിവാഹം ചെയ്യുന്നതുവഴി ചെയ്യുന്നതെന്ന് എല്ലാവരും കരുതും. അതു മാത്രമല്ല, ഞാൻ ദരിദ്രനാണെന്നും അച്ഛൻ പരിഹസിക്കുന്നു. ശരിയാണത് എങ്കിലും എന്റെ ജീവിതരീതി ലളിതമാണെന്നതിനാൽ ഒരാളിനുള്ള ചെലവു മതി രണ്ടുപേർക്കു ജീവിക്കാൻ.

കാത്തിരിക്കാനാണ് ഇപ്പോൾ അച്ഛൻ ആവശ്യപ്പെടുന്നത്. മുപ്പതു വയസ്സായി എനിക്ക്. എന്റെ നെറ്റിയിൽ പ്രായത്തിന്റെ രേഖകൾ തെളിഞ്ഞു തുടങ്ങിയിരിക്കുന്നു. നാൽപ്പതുകാരനെപ്പോലെയാണ് എന്റെ കൈകൾ. എന്നെ പഠിപ്പിക്കാൻ ഒരുപാട് ചെലവാക്കിയെന്ന് അച്ഛൻ പരാതിപ്പെടാറുണ്ട്. ഞാൻ അദ്ദേഹത്തോട് പണമേ ചോദിച്ചിട്ടില്ല. എനിക്കും സീനിനും പരിമിത ആവശ്യങ്ങളേ ഉള്ളൂ. പെയിന്റിംഗുകൾ വിൽക്കാൻ ഇനിയും എനിക്കു സാധിച്ചിട്ടില്ല. നീ അയച്ചുതരുന്ന നൂറ്റി അൻപതു ഫ്രാങ്ക് മാത്രമാണ് എനിക്കുള്ളത്. വീട് വാടകയ്ക്കും ഭക്ഷണത്തിനും ചിത്രം വരയ്ക്കാനുള്ള സാധനങ്ങൾക്കും മാത്രമേ അതുണ്ടാവൂ. ഒറ്റ കാര്യം മാത്രമാണ് എല്ലാവരോടും ഞാൻ ആവശ്യപ്പെടുന്നത്. ദരിദ്രയും ദുർബ്ബലയുമായ അവളുമായി, എന്റെ പട്ടിണിയുമായി ജീവിക്കാൻ എന്നെ അനുവദിക്കണം. ദയവു ചെയ്ത്, ഞങ്ങളെ പിരിക്കരുത്."

സീനിന്റെ സാന്നിധ്യം തനിക്കു മനസ്സമാധാനം പ്രദാനം ചെയ്യുന്നതായി വിൻസന്റ് എഴുതി. "അവളുടെ ശരീരമല്ല ഞാൻ ആവശ്യപ്പെട്ടത്. ഒരു കുടുംബത്തിന്റെ സൗഖ്യവും പ്രശാന്തതയും അവളിലൂടെ എനിക്കു കിട്ടുന്നു." അവിഹിത ഗർഭത്തിൽ അവൾക്ക് ജനിച്ച കുട്ടിയെ സ്വീകരിക്കാൻ വിൻസന്റിന് യാതൊരു മടിയുമുണ്ടായിരുന്നില്ല. ആ കൊച്ചുകുടുംബത്തിന് താൻ നൽകുന്നത് ജീവിതമാണെന്ന് അദ്ദേഹം വിശ്വസിച്ചു. 'ദുഃഖം' എന്ന ശീർഷകത്തിൽ വിൻസന്റ് വരച്ച സീനിന്റെ പോർട്രെയിറ്റിൽ നിരാധാരമായ ആ സ്ത്രീയോടുള്ള വാത്സല്യവും കരുണയും അദ്ദേഹം രേഖപ്പെടുത്തി.

ഇഷ്ടമുള്ള ഒരു സ്ത്രീയെ സ്നേഹപൂർവ്വം വാരിപ്പുണർന്ന് ജീവിക്കണമെന്ന വിൻസന്റിന്റെ ആഗ്രഹം ഒരു സ്വപ്നമായി മാത്രം അവശേഷിച്ചു. പിൽക്കാലത്ത് മനസ്സ് കീറിമുറിയാൻ കാരണമായ പല ഘടകങ്ങളിൽ ഈ നിരാശയ്ക്കു വലിയൊരു പങ്കുണ്ടായിരുന്നു. പല കാര്യങ്ങളിലുമെന്നപോല വ്യക്തിയെന്ന നിലയ്ക്കും കരിഞ്ഞു പൊലിഞ്ഞു കൊണ്ടിരുന്ന വിൻസന്റിനെ ആരും കണ്ടില്ല.

സെൽഫ് പോർട്രയിറ്റ്

5 പൊട്ടറ്റോ ഈറ്റേഴ്സിന്റെ ഇതിഹാസകാരൻ

ജീവിതത്തെ പ്രഭാപൂർണ്ണമാക്കുന്നത് ജ്വലിക്കുന്ന മഞ്ഞ നിറമാണെന്ന് വിൻസന്റ് വിശ്വസിച്ചു. സൂര്യനെ നോക്കി ഇതൾ വിടർത്തി, സായാഹ്നത്തിൽ കൊഴിയുന്ന സൂര്യകാന്തിപ്പൂക്കളെ അനശ്വര രചനയാക്കുന്നതിലുള്ള പ്രചോദനം ആ വിശ്വാസത്തിൽ നിന്നുണ്ടായതാണ്. എന്നാൽ, അതിന് വളരെ മുൻപായിരുന്നു മറ്റൊരു ഇതിഹാസമായ 'പൊട്ടറ്റോ ഈറ്റേഴ്സ്' എന്ന ചിത്രം അദ്ദേഹം വരയ്ക്കുന്നത്. ചളിയിലും പൊടിയിലും നിന്ന് കുഴിച്ചെടുക്കുന്ന ഉരുളക്കിഴങ്ങിന്റെ തവിട്ടുനിറമുള്ള ദരിദ്രരായ ഒരു കൃഷീവല കുടുംബം രാത്രി ഭക്ഷണത്തിനിരിക്കുന്ന ഹൃദ്യമായ രംഗം രേഖപ്പെടുത്തിയ അദ്ദേഹത്തിന് ആ ചിത്രം ഒരു സ്വപ്നസാക്ഷാൽക്കാരം കൂടിയാവുകയായിരുന്നു. ഒന്നിൽപ്പരം കൊല്ലങ്ങൾ നടത്തിയ അതിവിപുലമായ തയ്യാറെടുപ്പുകൾ ആ ചിത്രനിർമ്മാണത്തിനു പിന്നിലുണ്ടായിരുന്നു. കൃഷിത്തൊഴിലാളികളുമായി ഇടപഴകിയതിൽ നിന്ന് കിട്ടിയ അനുഭവങ്ങളും അവരുടെ ദരിദ്രമായ ജീവിതവും മനസ്സിലാക്കിയ അദ്ദേഹം അവരുടെ ചെറിയ വീടുകൾ സന്ദർശിച്ച് അവരുടെ ശിരസ്സുകളും കൈകളും വരച്ചത്, വലിയൊരു ചിത്രനിർമ്മാണത്തിനായിരുന്നുവെന്ന് ആരെയും അറിയിച്ചില്ല.

ആ സംരംഭങ്ങൾക്കിടയിൽ തിയോയ്ക്കെഴുതിയ കത്തിൽ വിൻസന്റ് ഇങ്ങനെ സൂചിപ്പിച്ചു: "വേവിച്ച ഉരുളക്കിഴങ്ങ് നിറഞ്ഞ ഒരു പ്ലേറ്റിന് ചുറ്റുമിരിക്കുന്ന കൃഷിത്തൊഴിലാളികളെ ചിത്രത്തിലാക്കാനുള്ള ഉദ്യമത്തിലാണ് ഞാൻ. കൃഷിയിടത്തു നിന്ന് വീട്ടിൽ മടങ്ങിവന്നശേഷം, കത്തിച്ച വിളക്കിന്റെ മങ്ങിയ വെളിച്ചത്തിൽ അത്താഴം കഴിക്കുന്നത് ചിത്രീകരിക്കാനാണ് ഞാൻ ശ്രമിക്കുന്നത്. മറ്റൊരിക്കൽ പകൽ വെളിച്ചത്തിലും. ഈ ശ്രമങ്ങൾക്കൊടുവിൽ, അതൊരു വലിയ ചിത്രമായി വളർന്നിരിക്കുന്നു. അതിൽ ജീവിതമുണ്ടെന്നാണ് എനിക്കു തോന്നുന്നത്." ആദ്യ പകർപ്പ് തയ്യാറാക്കിയ ശേഷം അവസാന രൂപം വരച്ചു പൂർത്തിയാക്കുന്നതിനിടയിൽ അത്താഴമേശയ്ക്ക് ചുറ്റുമിരിക്കുന്നവരുടെ നോട്ടത്തിലും ഭാവത്തിലും

അദ്ദേഹം മാറ്റങ്ങൾ വരുത്തിക്കൊണ്ടിരുന്നു. മേശയ്ക്ക് ചുറ്റുമിരിക്കുന്ന വരുടെ നിറം കൂടുതൽ ഇരുണ്ടതാക്കാനായിരുന്നു ശ്രമം. അപ്പോൾ കറുപ്പു ചായത്തെ കൂടുതൽ കറുത്തതാക്കാനെങ്ങനെ സാധിക്കുമെന്നായിരുന്നു വിൻസന്റ് ആലോചിച്ചത്. രാവിലെ തുടങ്ങി ഉച്ചവരെ വരച്ചതെല്ലാം പുതു ക്കാൻ രാത്രി മുഴുവൻ ചെലവഴിച്ചു. ഒടുവിൽ ചിത്രം പൂർത്തിയാക്കി പാരീ സിൽ തിയോയ്ക്ക് അയയ്ക്കാൻ തീരുമാനിച്ചപ്പോഴാണ് വീണ്ടും വിൻസന്റിനെ സംശയവും ഉൽക്കണ്ഠയും ഗ്രസിച്ചത്. മറ്റൊരു ചെറിയ പെയിന്റിംഗ് വരച്ച്, അത് അയയ്ക്കുന്നതായിരിക്കും ഉചിതമെന്ന ആലോചനയിൽ ഒരു തീരുമാനമെടുക്കാനാവാതെ അദ്ദേഹം ഉഴറി. വരച്ചു പൂർത്തിയാക്കി ചിത്രം കെർകാർട്ട് സ്റ്റുഡിയോയിൽ സൂക്ഷിക്കാൻ ഏല്പിച്ച പ്പോഴും സംശയത്തിന്റെ പിടിയിലായിരുന്നു അദ്ദേഹം. അവിടെ നിന്നെ ടുത്ത് വീണ്ടും അതു മെച്ചപ്പെടുത്താനുള്ള ശ്രമത്തിന്റെ ഭാഗമായി അത് പുതുക്കി. ഒടുവിൽ ഭദ്രമായി ചിത്രം തിയോയ്ക്ക് അയച്ചു. മറ്റൊരു പകർപ്പ്, ചിത്രകാരനും സ്നേഹിതനുമായ ആന്റോൺ വൻ റപ്പാർഡിന് അഭിപ്രായ ത്തിനായി അയച്ചു. എന്നാൽ, അദ്ദേഹത്തിന്റെ അഭിപ്രായം നിരുത്സാഹ പ്പെടുത്തുന്നതായിരുന്നു. "ഈ ചിത്രത്തെ ആരും ഗൗരവമായി പരിഗണി ക്കാനിടയില്ല. താങ്കളുടെ സമീപനം തികച്ചും ഉപരിപ്ലവമായിട്ടുള്ളതാണ്. പിന്നിലിരിക്കുന്ന ആ സ്ത്രീയുടെ കൈ ശരിയായിട്ടുള്ളതാണോ? വലതു വശത്തിരിക്കുന്നയാളിന്റെ കാൽമുട്ടും വയറും വരയ്ക്കണമായിരുന്നോ? അയാളുടെ കൈ ഒരടി ചെറുതായതെന്തുകൊണ്ട്? അതുപോലെ തന്നെ

പൊട്ടാറ്റോ ഈറ്റേഴ്സ്

പകുതി മൂക്കുള്ളയാളാണോ അയാൾ? ഇടതു വശത്തിരിക്കുന്ന സ്ത്രീയുടെ മൂക്കിന്റെ അറ്റം ഉരുണ്ടിരിക്കുന്നു. ആവി വരുന്ന ആ പൈപ്പുകൊണ്ട് എന്താണ് അവർ ചെയ്യുന്നത്? ഇതൊന്നും നിസ്സാരമായി വരച്ചുകളയാവുന്നതല്ല." റപ്പാർഡിന്റെ നിശിതമായ അഭിപ്രായം വിൻസന്റിനെ കോപാകുലനാക്കുകയും തളർത്തുകയും ചെയ്തു. അതിനു മറുപടി എഴുതാതെ, ആ കത്ത് ഒരു കവറിലാക്കി റപ്പാർഡിന് മടക്കി അയച്ചതിനുശേഷം ആ ചിത്രകാരനുമായുള്ള ബന്ധം വിൻസന്റ് അവസാനിപ്പിച്ചു.

ഇത്തരം പ്രഹരങ്ങൾ പലവട്ടം അദ്ദേഹത്തിന് നേരിടേണ്ടി വന്നിട്ടുണ്ട്. തന്റെ പെയിന്റിംഗുകൾ ഗാലറിയിൽ പ്രദർശിപ്പിക്കാനോ വിൽക്കാനോ താത്പര്യം കാണിക്കാതെ, തന്റെ ചിത്രരചനയെ അപഹസിച്ചിരുന്ന ആർട്ട് ഡീലറായ എച്ച്.ജി. ടെർസ്റ്റീഗിൽ നിന്നും വിൻസന്റിനു വളരെ മോശപ്പെട്ട പെരുമാറ്റം മുൻപ് നേരിടേണ്ടി വന്നിട്ടുണ്ട്.

വിട്ടുമാറാത്ത പ്രതിബന്ധങ്ങളും ക്ലേശങ്ങളും

ബോറിനേജിൽ നിന്ന് ബ്രസ്സിൽസിലെത്തി താമസം തുടങ്ങി ദുരിതങ്ങളും ദുഃഖങ്ങളും വിസ്മരിച്ച് ചിത്രരചനയുടെ സാങ്കേതികത ഗ്രഹിക്കാനുള്ള പ്രയത്നത്തിൽ മുഴുകിയ വിൻസന്റ് "എന്റെ ആന്തരിക ജീവിതത്തിൽ യാതൊരു മാറ്റവും ഉണ്ടായിട്ടില്ലെന്ന്" തിയോയെ അറിയിച്ചു. ബുൾവേർഡ് ഡി മീഡിയിലെ കഫേയിലെ ചെറിയൊരു മുറിയിലായിരുന്നു താമസം. ബ്രഡും കോഫിയും ആ കഫേയിൽ നിന്ന് പകലും രാത്രിയും സൗജന്യമായി നൽകിയിരുന്നു. പെൻസിലും കരിയും ഉപയോഗിച്ച് മാസ്റ്റർമാരുടെ പെയിന്റിംഗുകൾ പകർത്തിയും ശരീരശാസ്ത്രപുസ്തകങ്ങളിൽ നിന്നു മനുഷ്യശരീരത്തിന്റെ ഡ്രോയിംഗുകൾ പകർത്തിയും "എനിക്കെന്റെ ഡ്രോയിംഗ് ശക്തിയുള്ളതാക്കണമെന്ന" നിശ്ചയദാർഢ്യവുമായി വിൻസന്റ് പ്രവർത്തിച്ചു തുടങ്ങിയതോടെ, അപഥസഞ്ചാരിയായ മൂത്തമകനെ തിരിച്ചു കിട്ടുമെന്ന പ്രത്യാശയിൽ മാതാപിതാക്കൾ സന്തോഷിച്ചു: "ഡ്രാഫ്റ്റ്സ്മാന്മാർക്ക് ഇക്കാലത്ത് നല്ല വരുമാനമാണ്. നല്ലൊരു ജീവിതമാർഗ്ഗം ഉറപ്പിക്കാൻ അതു വഴിതെളിയിക്കും" വിൻസന്റ് പറഞ്ഞു. വീട്ടിൽ നിന്നും തിയോയിൽ നിന്നും കിട്ടിയിരുന്ന പണം ചെലവിനു തികയാതെ വന്ന സാഹചര്യത്തിൽ ഒരു ജോലി ഉണ്ടാക്കുകയാണ് പോംവഴിയെന്ന വിചാരത്തോടെ, പ്രസ്സുകളിൽ ജോലി കിട്ടാൻ ലിത്തോഗ്രാഫിയിൽ നേടിയ പ്രാവീണ്യം സഹായിക്കുമെന്ന പ്രതീക്ഷയിൽ അതിനായി അദ്ദേഹം ശ്രമിച്ചു. ബിസിനസ്സ് മോശമാണെന്ന പേരിൽ പ്രസ്സുകാർ അദ്ദേഹത്തെ കൈവിട്ടു. ഒടുവിൽ ഒരു ഇരുമ്പുപണിക്കാരന് സ്റ്റൗവുകൾ വരച്ചുകൊടുക്കാനുള്ള ജോലി അദ്ദേഹത്തിനു കിട്ടി. അധികകാലം അങ്ങനെ തുടരാൻ സാധിക്കുകയില്ലെന്ന് മനസ്സിലാക്കിയ വിൻസന്റ് പാരീസിൽ നിന്ന് തിയോ ഏറ്റനിലേക്ക് പോയെന്ന് അറിഞ്ഞപ്പോൾ അങ്ങോട്ടു തിരിച്ചു. ഒരു കുടുംബപുനഃസമാഗമം സാദ്ധ്യമാകുമെന്ന പ്രതീക്ഷയായിരുന്നു അതിന്

കൃഷിക്കാരി

അദ്ദേഹത്തെ പ്രേരിപ്പിച്ചത്. ഏറ്റനിലിൽ അധികനാൾ പിന്നിടുന്നതിനു മുൻപു ചിത്രരചനയിൽ പൂർണ്ണമായി മുഴുകാനുള്ള ശ്രമത്തിന്റെ ഭാഗമായി മോഡലുകളെ കണ്ടെത്താൻ വിൻസന്റ് ശ്രമിച്ചെങ്കിലും അതും പരാജയത്തിലായി. ബോറിനേജിലെ താമസക്കാലത്ത് പാടങ്ങളിൽ തൊഴിലെടുക്കുന്നവരെ തേടിച്ചെന്ന് അവരെ ചിത്രത്തിലാക്കാൻ അദ്ദേഹം ശ്രമിച്ചിരുന്നു. പണം കൊടുത്ത് മോഡലുകളെ കണ്ടെത്തുന്നതിനിടയിൽ മോഡൽ ചെയ്യാൻ വിസമ്മതിക്കുന്നവരെ ഭീഷണിപ്പെടുത്തിപ്പോലും അവരെ അതിന് അനുസരിപ്പിച്ചിരുന്നു. ഏറ്റനിലും ആ തന്ത്രം അദ്ദേഹം ആവർത്തിച്ചു. ചില അവസരങ്ങളിൽ വിൻസന്റിനെ കാണുന്ന മാത്രയിൽ ആളുകൾ ഓടി മറയാറുണ്ടായിരുന്നു. “അയാളുടെ മുൻപിലിരിക്കാൻ കഴിയുമായിരുന്നില്ല. കൂർത്തു മുറിയുന്നതായിരുന്നു അയാളുടെ നോട്ടം.” വിൻസന്റിൽ നിന്ന് മാറിപ്പോയ ഒരു ഏറ്റൻ നിവാസി ഓർമ്മിച്ചു.

സ്വന്തമായൊരു വരുമാനമെന്ന മോഹം

ഹേഗിലെത്തിയ വിൻസന്റിന് ഒറ്റ ഉന്നമേയുണ്ടായിരുന്നുള്ളൂ. ബന്ധുവായ പെയിന്റർ ആന്റൺ മോവ് വരയ്ക്കുന്ന ചിത്രങ്ങൾ പോലെ ആർട്ട് ഡീലർമാർക്ക് പ്രിയങ്കരവും വിപണിയിൽ വിൽക്കാൻ അനുയോജ്യവുമായ ചിത്രങ്ങൾ വരച്ച് സ്വന്തം കാലിൽ നിൽക്കണം. മുൻപ് കുറേ ദിവസങ്ങൾ മോവിനോടൊപ്പം താമസിച്ചിരുന്നെങ്കിലും അയാളുടെ രീതികളുമായി വിൻസന്റിനു പൊരുത്തപ്പെടാൻ സാധിച്ചിരുന്നില്ല. എന്നാൽ, ഇപ്രാവശ്യം അതൊന്നും ആവർത്തിക്കാതിരിക്കാൻ അദ്ദേഹം കരുതലെടുത്തിരുന്നു. കൃഷിക്കാരുടെ ജീവിതചിത്രങ്ങളാക്കിയ ജീൻ ഫ്രാങ്കോയിസ് മില്ലറ്റിനെ ആത്മീയ ഗുരുവായി മനസ്സിൽ സൂക്ഷിച്ചിരുന്ന അദ്ദേഹം മില്ലറ്റിന്റെ പ്രശസ്തമായ ‘വിതയ്ക്കുന്നവൻ’ എന്ന പെയിന്റിംഗിനെ മാതൃകയാക്കിയിരുന്നു. ആന്റൺമോവ് വ്യത്യസ്തനായിരുന്നു. പ്രസന്നമായ ചായക്കൂട്ടുകളിലൂടെ നയനാഭിരാമമായ പെയിന്റിംഗുകൾ വരച്ചിരുന്ന ആ മദ്ധ്യവയസ്കൻ വീണ്ടും തന്നെ സമീപിച്ച വിൻസന്റിനോട് ചിത്രരചനയ്ക്കായി വാട്ടർ കളർ ഉപയോഗിക്കാൻ ഉപദേശിച്ചു. അതിന്റെ പ്രയോഗ സാധ്യത പരിശീലിപ്പിക്കുകയും ചെയ്തു. ചിത്രരചനയിൽ പുതിയ സാങ്കേതികതകൾ വശമാക്കുന്നതിനിടയിൽ “ഒരിക്കലും അവസാനിക്കാത്ത വിഷാദാത്മകതയോടൊപ്പം കീയുമായുള്ള പ്രണയഭംഗം മൂലം മനസ്സു നിറയെ

ശൂന്യതയാണെന്ന്" തിയോയെ അദ്ദേഹം അറിയിച്ചു. ആത്മഹത്യയുടെ വക്കിലെത്തിയതായിരുന്നു അക്കാലം. "മുങ്ങി മരിക്കുകയാണ് നല്ലത്" വിൻസന്റ് വിചാരിച്ചു. അത്തരം ദുശ്ചിന്തകളുമായി ജീവിക്കാൻ നിർബന്ധിതനായപ്പോഴും ചിത്രരചനയിൽ കൂടുതൽ കൂടുതൽ മന സ്സർപ്പിക്കുക മാത്രമാണ് രക്ഷാമാർഗ്ഗമെന്ന് വിൻസന്റ് വിശ്വസിച്ചിരുന്നു.

"യാഥാർത്ഥ്യബോധത്തിൽ നിന്ന് പലപ്പോഴും ഞാനകന്നുപോകുന്നു. എനിക്കിഷ്ടം ഭാവനയിൽ മുങ്ങി യാത്ര ചെയ്യാനാണ്. ഒരു സിരാരോഗി യാണോ ഞാനെന്നുപോലും എനിക്ക് തോന്നാറുണ്ട്. ഉച്ചസ്ഥായിയിലെ ത്തുന്ന വൈകാരിക സ്ഫോടനവും അതുണ്ടാക്കുന്ന ഉന്മാദവും. അതു കൊണ്ടുതന്നെ ഞാനിടപെടുന്നവർ അകന്നുപോവുന്നു. അവരിൽ ചിലർ എന്നെ എതിർക്കുന്നു. അത്തരം അവസ്ഥകളിൽ നിന്നു മോചിതനായി സാധാരണനിലയിൽ ജീവിക്കുക, എന്റെ ആത്മാർത്ഥമായ ആഗ്രഹമാണ്." തനിക്കു ചുറ്റും ഭേദിക്കാനാവാത്ത ഭിത്തികൾ ഉയർന്നിരിക്കുകയാണെന്ന തോന്നലിൽ നിന്ന് രക്ഷനേടാനുള്ള തന്റെ അദമ്യമായ ആഗ്രഹം വിൻസന്റ് ആവർത്തിക്കുമായിരുന്നു.

തിയോയുടെ ധനസഹായംകൊണ്ട് മാത്രം ജീവിക്കുക അസാധ്യ മായതോടെ മോവിൽ നിന്ന് വിൻസന്റ് വായ്പ വാങ്ങിയിരുന്നു. ഒരു സ്റ്റുഡിയോ സ്ഥാപിച്ച ശേഷം മോഡലുകളെ കണ്ടെത്താനുള്ള ശ്രമ ത്തിന്റെ ഭാഗമായി സൗജന്യമായി ഭക്ഷണം നൽകുന്ന സ്ഥലങ്ങളും അനാ ഥാലയങ്ങളും സന്ദർശിച്ച് പ്രതിഫലം നൽകി പാവപ്പെട്ടവരെ സ്റ്റുഡിയോ യിൽ കൊണ്ടുവന്നായിരുന്നു വിൻസന്റ് ചിത്രങ്ങൾ വരച്ചത്. അതിനിടെ യായിരുന്നു സീനിനേയും അവളുടെ കുടുംബത്തേയും മോഡലുകളായി കണ്ടെത്തിയതും അവരുടെ പരിപാലന ചുമതല ഏറ്റെടുത്തതും. ചെലവു കൾ വർദ്ധിക്കുകയായിരുന്നു. ചിത്രങ്ങൾ വിൽക്കാനാവാത്ത ചുറ്റുപാടു കളിൽ കലാദ്ധ്യാപകനാവാൻ വിൻസന്റ് പരിശ്രമിച്ചു. അങ്ങനെയാണ് ധനി കരുടെ മക്കളെ ചിത്രരചന അഭ്യസിപ്പിക്കാനുള്ള ഭാരം അദ്ദേഹം ഏറ്റെടു ത്തത്. "ഞാനൊരു പരാജയപ്പെട്ട പെയിന്ററാണ്" ആ ചിന്ത ഒഴിയാബാധ യായി അദ്ദേഹത്തെ അലട്ടിയിരുന്നു. ബന്ധുക്കളോ സ്നേഹിതന്മാരോ ഇല്ലാതെ താൻ ഒറ്റപ്പെട്ടിരിക്കുകയാണെന്ന തോന്നൽ മുപ്പതാം ജന്മദിനം ആഗതമായപ്പോൾ അദ്ദേഹത്തെ കുത്തിനോവിച്ചു. "മുപ്പതു വയസ്സായതേ യുള്ളൂവെന്നത് അവിശ്വസനീയമായി തോന്നുന്നു. അതിനേക്കാൾ എനിക്ക് പ്രായമുണ്ട്. ഞാനുമായി പരിചയപ്പെടുകയോ അടുക്കുകയോ ചെയ്തിട്ടു ള്ളവരെല്ലാം ഞാനൊരു പരാജയമാണെന്നാണ് വിലയിരുത്തുന്നത്. ഒരു പക്ഷേ, അത് ശരിയായിരിക്കാം." അദ്ദേഹം എഴുതി.

കൃത്യമായൊരു തുക അയച്ചിരുന്ന തിയോയിൽ നിന്ന് കൂടുതൽ പണം കിട്ടാൻ ചില അവസരങ്ങളിൽ സൗമ്യമല്ലാത്ത ഭാഷ ഉപയോഗിച്ചും കത്തെഴുതാൻ അദ്ദേഹം മടിച്ചില്ല. "മഴവെള്ളം കാത്തു കിടക്കുന്ന പുൽത്ത കിടികൾ പോലെയാണ് ഞാൻ. വെള്ളത്തിന്റെ അഭാവത്തിൽ അവ വര ണ്ടുണങ്ങിത്തുടങ്ങിയിരിക്കുന്നു." ഹേഗിലെ താമസം കൂടുതൽ കൂടുതൽ

ക്ലേശകരമാവാൻ മറ്റൊരു കാരണം കൂടിയുണ്ടായിരുന്നു. പലരിൽ നിന്നു വാങ്ങിയ വായ്പ കൊടുത്തു തീർക്കാൻ വേണ്ടി ഗ്രൂപ്പിലെ ഗാലറിയിൽച്ചെന്ന് മാനേജർ ടെർസ്റ്റീഗിനെ വിൻസന്റ് സന്ദർശിച്ചു. അയാൾ സഹായിക്കില്ലെന്ന് അറിയാമായിരുന്നു. കൂടിക്കാഴ്ചയ്ക്കിടയിൽ വാട്ടർ കളർ ചിത്രങ്ങൾ വരയ്ക്കാൻ അദ്ദേഹത്തെ അയാൾ ഉപദേശിച്ചു. വായ്പ പിരിക്കാൻ തന്നെ തേടിയെത്തുന്നവരെ കായികമായിപ്പോലും നേരിടേണ്ടതായി വന്നതിനെപ്പറ്റി തിയോയ്ക്ക് അദ്ദേഹം എഴുതി: "കയ്യിൽ പണം കിട്ടുന്ന നിമിഷം വായ്പത്തുക മടക്കി നൽകാമെന്നും ഇപ്പോൾ എന്റെ കയ്യിൽ ഒരു സെന്റ് (ചെറിയ നാണയം) പോലുമില്ലെന്നും ഞാൻ അറിയിച്ചു. വീട്ടിൽ നിന്നിറങ്ങി പോകാൻ അവരോട് ഞാൻ ആവശ്യപ്പെട്ടു. അതിന് വിസമ്മതിച്ചപ്പോൾ അവരിലൊരാളെ ബലമായി പിടിച്ചു പുറത്താക്കിയപ്പോൾ അയാൾ എന്റെ കഴുത്തിൽപ്പിടിച്ചു ഭിത്തിയോട് ചേർത്തു നിർത്തി പ്രഹരിച്ചു.'' ഉത്തമർണ്ണരുമായി വഴക്കിടുന്നത് പതിവായ സാഹചര്യത്തിൽ മോഡലായ എത്തി തന്നോടൊപ്പം താമസിക്കുകയായിരുന്ന ഗർഭിണിയായ സീൻ ഒരു ആൺകുട്ടിയെ പ്രസവിച്ചത് കുഴപ്പമായി. എങ്ങനേയും അവളെ വിൻസന്റ് ഉപേക്ഷിക്കണമെന്ന് തിയോ ആവർത്തിച്ചാവശ്യപ്പെട്ടു. അതിനു വഴങ്ങാൻ അദ്ദേഹം തയ്യാറായില്ല. അച്ഛനും അമ്മയും സഹോദരിമാരുമെല്ലാം ഇക്കാര്യത്തിൽ തിയോയുടെ അഭിപ്രായത്തെ പിന്താങ്ങിയിരുന്നു. അവരിൽ നിന്നുള്ള സമ്മർദ്ദവും മുറുകി. ഒടുവിൽ സീനിനേയും കുട്ടിയേയും ഉപേക്ഷിച്ച് വിൻസന്റ് ഹേഗിൽ നിന്നു യാത്രയായി.

വീട്ടമ്മ

പിതാവിന്റെ മരണശേഷം

ഏഴു മണിക്കൂർ നീണ്ട ട്രെയിൻ യാത്രയ്ക്കൊടുവിൽ ചതുപ്പുകളും കുറ്റിക്കാടുകളും കൊണ്ട് നിബിഡമായ, പ്രകൃതി ഭംഗിയുടെ സ്പർശ മേൽക്കാത്ത ഒരു വിജന ഭൂമിയാണിവിടമെന്ന് ഒരു യാത്രക്കാരൻ വിശേഷിപ്പിച്ചിരുന്നു. ഡ്രെന്തേയെന്ന പേരിലറിയപ്പെടുന്ന അപരിചിതമായ സ്ഥലത്തെത്തിയ വിൻസന്റിനു ചിത്രമെഴുത്തിലേക്ക് മടങ്ങിപ്പോകാനായില്ല. വിജനമെന്നപോലെ പ്രാകൃതവുമായിരുന്നു അവിടെയുള്ളവരുടെ ജീവിതരീതി. ഏതാനും മാസങ്ങൾക്കുശേഷം അദ്ദേഹം ന്യൂവെന്നിലേക്ക് തിരിച്ചു. മാതാപിതാക്കൾ, സഹോദരിമാരുമൊത്ത് അവിടെ താമസിക്കുന്നുണ്ടായിരുന്നു. രണ്ടുകൊല്ലം അവരോടൊപ്പം താമസിക്കുന്നതിനിടയിൽ മാതാപിതാക്കളുമായി, വിശേഷിച്ച് അച്ഛനുമായി കലഹിക്കാത്ത ഒരു ദിവസം പോലുമില്ലായിരുന്നുവെന്ന് വിൻസന്റ് ഓർമ്മിച്ചു.

സീനുമായുള്ള ദാമ്പത്യജീവിതത്തെ തിയോയ്ക്കു പുറമേ വൈദികനായ പിതാവ് എതിർത്തതിനു പുറമെ ബുദ്ധിസ്ഥിരതയില്ലാത്തതിനാൽ തന്റെ മകന്റെ സംരക്ഷണം സ്റ്റേറ്റ് ഏറ്റെടുക്കണമെന്ന് അപേക്ഷിക്കാൻ പോലും മുൻകൈയെടുക്കുകയാണെന്ന് വിൻസന്ററിഞ്ഞു. “ഞാനൊരു വളർത്തുനായയാണോ? അങ്ങനെയാണെങ്കിൽപ്പോലും ഒരു നായയ്ക്ക് നൽകുന്ന പരിഗണന ഞാൻ അർഹിക്കുന്നില്ലേ?” കലഹത്തിനിടയിൽ അച്ഛനോട് അദ്ദേഹം ചോദിക്കുമായിരുന്നു. മകന്റെ ആക്ഷേപങ്ങൾക്കും ആരോപണങ്ങൾക്കും മറുപടി നൽകുന്നതിൽ നിന്ന് ആ വൈദികൻ ഒഴിഞ്ഞുമാറിയില്ല. അപഥസഞ്ചാരത്തിൽ നിന്നു മടക്കിക്കൊണ്ടുവരാനാണ് താനുൾപ്പെടെയുള്ളവർ ശ്രമിക്കുന്നതെന്നും അതിനായി താൻ കൈക്കൊള്ളുന്ന എല്ലാ നടപടികളും ശരിയായിട്ടുള്ളതാണെന്നും അദ്ദേഹം വ്യക്തമാക്കി. മുൻപൊരിക്കൽ വീട്ടിൽ നിന്നിറങ്ങിപ്പോകാൻ പോലും അദ്ദേഹം മകനോട് ആവശ്യപ്പെട്ടതാണ്. വീണ്ടും അതുണ്ടായില്ലെങ്കിലും മകനോടുള്ള കർക്കശ നിലപാടിൽ എന്തെങ്കിലും മാറ്റം വരുത്താൻ അദ്ദേഹം തയ്യാറായില്ല.

ഒരു ദിവസം കലഹങ്ങൾക്കിടയിൽ നിലത്തുവീണ്, വിൻസന്റിന്റെ അമ്മ അന്നയുടെ കാലെല്ല് പൊട്ടി കിടപ്പിലായതോടെ അന്തരീക്ഷം ശാന്തമായെങ്കിലും അത് താൽക്കാലിക ആശ്വാസം മാത്രമേയായുള്ളൂ. വിൻസന്റുൾപ്പെടെയുള്ള എല്ലാവരും അമ്മയെ പരിചരിക്കാൻ ഒത്തുകൂടിയ സാഹചര്യത്തിൽ പരസ്പരം പഴി പറയുന്നതും കലഹിക്കുന്നതും അവസാനിപ്പിച്ചു. അമ്മയുടെ ആരോഗ്യനില മെച്ചപ്പെട്ട് അധികം വൈകുന്നതിനു മുൻപ് വിൻസന്റിന്റെ പിതാവ് തിയോഡസ് വാൻഗോ മരണമടഞ്ഞു. അങ്ങനെ താൻ വീണ്ടും അനാഥത്വത്തിലേക്ക് വലിച്ചെറിയപ്പെട്ടിരിക്കുന്നുവെന്ന നഷ്ടബോധവുമായി ന്യൂവെന്നിനോട് വിട പറയുമ്പോൾ വിൻസന്റിനു മുപ്പത്തിരണ്ടു വയസ്സായിരുന്നു പ്രായം.

6 വൈദികനും പ്രസംഗകനും

ന്യൂവെന്നിലെത്തി രണ്ടുകൊല്ലം അവിടെ താമസിക്കുന്നതിനിടയിൽ സ്വന്തമായൊരു സ്റ്റുഡിയോയും ചിത്രങ്ങൾ വരയ്ക്കാൻ മോഡലുകളും എന്ന ആഗ്രഹം വിൻസന്റ് കൈവിട്ടിരുന്നില്ല. അതിനുള്ള പണം ആരു നൽകുമെന്ന ചിന്തയിൽ അദ്ദേഹം വെന്തുനീറുന്നതായി തിയോയ്ക്കറിയാമായിരുന്നു. എന്നിട്ടും തന്റെ പരിമിതികൾ അറിയാമായിരുന്നിട്ടും വിൻസന്റ്, ചെലവിൽ നിയന്ത്രണം പുലർത്താത്തതിൽ പരിഭവിച്ചുകൊണ്ട് തിയോ പലവുരു എഴുതി. അപ്പോഴെല്ലാം നിഷേധാത്മകമായ നിലപാടായിരുന്നു അദ്ദേഹം കൈക്കൊണ്ടത്. വരണ്ടുണങ്ങുന്ന തന്റെ ജീവിതത്തിൽ തിണർപ്പുണ്ടാക്കേണ്ടത് തിയോ ഉൾപ്പെടേണ്ടവരുടെ ബാദ്ധ്യതയാണെന്ന് തെറ്റിദ്ധരിച്ചിരുന്നോ എന്ന തോന്നൽ ഉളവാക്കുന്നതായിരുന്നു അദ്ദേഹത്തിന്റെ പെരുമാറ്റം. പ്രകൃതിയിലേക്ക് മടങ്ങിപ്പോയി ഹൃദ്യമായ ചിത്രങ്ങൾ വരയ്ക്കണമെന്നും അത്തരം പെയിന്റിംഗുകൾ വാങ്ങാൻ ചിത്രകലാ ആസ്വാദകരുണ്ടെന്നും അതു സംഭവിച്ചാൽ സാമ്പത്തികമായി അനുഭവിക്കുന്ന വല്ലായ്മകൾക്ക് എത്രയും വേഗം പരിഹാരമുണ്ടാകുമെന്നും തിയോ അഭിപ്രായപ്പെട്ടിരുന്നു.

ഇങ്ങനെയൊരു നിലപാടെടുക്കാൻ തിയോയ്ക്ക് മറ്റൊരു കാരണം കൂടിയുണ്ടായിരുന്നു. വിൻസന്റ് വീണ്ടും പാരീസിൽ വരുന്നത് തടയാൻ തിയോ ആഗ്രഹിച്ചു. ക്ഷിപ്രകോപിയെന്നതിനെക്കാൾ, മറ്റു ചിത്രമെഴുത്തുകാരുമായി ഒത്തുപോകാനുള്ള സമചിത്തത വിൻസന്റിനില്ലെന്ന് തിയോ ആശങ്കിച്ചു. ജ്യേഷ്ഠന്റെ സാന്നിധ്യം ഉണ്ടാക്കിയേക്കാവുന്ന താളപ്പിഴ അപകടത്തിൽ കലാശിച്ചേക്കുമെന്നും തിയോ ഭയപ്പെട്ടു. എന്നാൽ അതിനെയെല്ലാം തകിടം മറിക്കുന്നതായിരുന്നു, മുന്നറിയിപ്പൊന്നുമില്ലാതെ തിയോയെ തേടിയെത്തിയ വിൻസന്റിന്റെ നാലുവരികളുള്ള കത്ത്. "നീലാകാശത്തു നിന്ന് പൊട്ടിവീഴുന്നതുപോലെ ഞാനെത്തുന്നതിൽ ദേഷ്യപ്പെടരുത്. വളരെയേറെ ആലോചിച്ച ശേഷമാണിങ്ങനെ തീരുമാനിച്ചത്. തീർച്ചയായും ഇതിൽ നിന്ന് നമുക്കിരുവർക്കും മെച്ചമുണ്ടാകും. ഉച്ചയ്ക്കുശേഷം, ലോവ്റിയിൽ (ലോകപ്രസിദ്ധ മ്യൂസിയം) ഞാനെത്തും.

എത്രയും വേഗം അവിടെ നിന്റെ സൗകര്യത്തിനെത്തുമല്ലോ. നമുക്കെല്ലാം പരിഹരിക്കാം." അങ്ങനെ നാല് കൊല്ലം (1886–1890) അദ്ദേഹം പാരീസിൽ താമസിച്ചു.

ആന്റ്‌വെർപ്പിൽ നിന്ന് ട്രെയിനിൽ വന്നയുടൻ കാഴ്ചയ്ക്ക് ഗ്രാമീണനായി തോന്നുമായിരുന്ന തന്റെ വേഷങ്ങളിൽ മാറ്റം വരുത്തുന്നതിനാണ് വിൻസന്റ് ആദ്യം ശ്രദ്ധിച്ചത്. ചിത്രമെഴുത്തുകാരുടെ മെക്കയെന്നതിനു പുറമെ പുത്തൻ ഫാഷനുകളുടെ ഈറ്റില്ലവുമായിരുന്നു പാരീസ്. ഒരു ബാർബർ ഷോപ്പിൽച്ചെന്ന് താടിയും മുടിയും വെട്ടിയൊതുക്കിയ ശേഷം നല്ലൊരു സ്യൂട്ട് വാങ്ങി. ആർട്ട് ഡീലർ എന്ന നിലയിൽ ബഹുമാനത്തോടെ എല്ലാവരും കണ്ടിരുന്ന തന്റെ അനുജന്റെ "വിലയ്ക്കും നിലയ്ക്കും" അനുസൃതമായി രൂപത്തിലും ഭാവത്തിലും മാറ്റം വരുത്തുന്നതിന്റെ ഭാഗമായി ഒരു ദന്തരോഗ ക്ലീനിക്കിൽച്ചെന്ന് ഇളകിത്തുടങ്ങിയ പല്ലുകൾ ശരിയാക്കി. ഭക്ഷണരീതിയിലും മാറ്റം വരുത്തി പരിഷ്കാരികളായ പാരീസുകാരിലൊരാളാവാൻ അദ്ദേഹം തീരുമാനിച്ചു. റൂലാവലിലെ തിയോയുടെ ഇടുങ്ങിയ വാസസ്ഥലത്തിനു പകരം നാല് നിലകളുള്ള റൂ ലെപിക്കിലെ അൻപത്തിനാലാം വീടായിരുന്നു വിൻസന്റ് വാടകയ്ക്കെടുത്തത്. ചിത്രകാരന്മാർ പതിവായി സന്ദർശിക്കാറുള്ള മോൺട് മാർട്ടിക്കടുത്തായിരുന്നു, കുള്ളനായ പെയിന്റർ ലോട്രക് അവിടെയുള്ള മുലാൻ റൂഷ് എന്നറിയപ്പെട്ടിരുന്ന നൈറ്റ് കഫേയിലെ സ്ഥിരം സാന്നിദ്ധ്യമായിരുന്നു, ആ വസതി. ഇംപ്രഷണിസ്റ്റ് പ്രസ്ഥാനത്തിലെ കുലപതികളായ മിക്കവാറും എല്ലാ പെയിന്റർമാരുമായി ഇടപഴകി അവരിലൊരാളായി മാറാനായിരുന്നു വിൻസന്റ് ആഗ്രഹിച്ചത്. എന്നാൽ, അതിന് അദ്ദേഹത്തിനു സാധിച്ചില്ല. പലരും അദ്ദേഹത്തെ ഭ്രാന്തനെന്നു പറഞ്ഞ് ആക്ഷേപിച്ചു, അഗോസ്റ്റിന സെഗോത്തേറി എന്ന നാല്പത്തഞ്ചുകാരിയുമായി പരിചയപ്പെടുമ്പോൾ, അവരിലൂടെ മോഡലുകളിലെത്താൻ വഴിതെളിയുമെന്ന് അദ്ദേഹം പ്രതീക്ഷിച്ചെങ്കിലും അതും വിഫലമായി. അങ്ങനെ മോഡലുകളെ തേടി നടക്കുന്നത് പാഴ്ശ്രമമാണെന്ന് തിരിച്ചറിഞ്ഞ വിൻസന്റ് ചായക്കൂട്ടുകളും ക്യാൻവാസ്സുമായി തെരുവിലിറങ്ങി വഴിയാത്രക്കാരെ ചിത്രത്തിലാക്കാൻ ശ്രമിച്ചു. പൊലീസിന്റെ ഇടപെടൽ അതിനും തടസ്സമായി.

പാരീസിൽ കാത്തിരുന്ന തിരിച്ചടികൾ

വിൻസന്റിന്റെ ആഗമനം തിയോയുടെ ജീവിതത്തേയും അലങ്കോലപ്പെടുത്തുകയുണ്ടായി. ബൂർഷ്വാരീതികളുടെ ആരാധകനായിരുന്നു തിയോ. പരിഷ്കൃതരായവരുടെ ജീവിതരീതി സ്വന്തമാക്കി അവരിലൊരാളായതു വഴിയായിരുന്നു, ആർട്ട് ഡീലർ എന്ന നിലയിൽ തിയോയ്ക്ക് വിജയിക്കാൻ സാധിച്ചത്. സ്വന്തം അഭിപ്രായം പരസ്യമാക്കാതെ മറ്റുള്ളവരുടെ ഇഷ്ടാനിഷ്ടങ്ങൾ സ്വന്തമായി സ്വീകരിച്ചതിലൂടെ എല്ലാവരുടേയും സ്നേഹം തിയോയെ തേടിയെത്തിയപ്പോൾ, അന്യരുടെ ഇഷ്ടാനിഷ്ടങ്ങൾ വിഗണിച്ച് സ്വന്തം നിലപാടുകളിൽ ഉറച്ചുനിൽക്കുകയും ഭവിഷ്യത്ത്

അവഗണിച്ച് സ്വന്തം അഭിപ്രായങ്ങൾ പ്രകടിപ്പിക്കുകയുമാണ് വിൻസന്റ് ചെയ്തിരുന്നത്. അതിന്റെ ആപത്ത് വളരെ വേഗം അദ്ദേഹം തിരിച്ചറിഞ്ഞു. ആ പശ്ചാത്തലത്തിലാണ് പാരീസ് വിടാൻ വിൻസന്റ് തീരുമാനിക്കുന്നത്.

പാരീസിലെ ചിത്രകലാ ലോകത്തു വേരുകൾ പടർത്താൻ ബോധപൂർവ്വം ശ്രമിക്കുന്നതിനു വളരെ മുൻപ് തന്നെ നിരവധി തിരിച്ചടികൾ വിൻസന്റിന്റെ ജീവിതത്തിൽ ആഴത്തിലുള്ള മുറിവുകൾ ഏല്പിച്ചിരുന്നു. പാരീസ് വാസം, പ്രകോപനങ്ങളൊന്നുമില്ലാതെ പൊടുന്നനെ അവസാനിപ്പിക്കാൻ വിൻസന്റിനെ പ്രേരിപ്പിച്ചു. കാരണങ്ങൾ ആരും അറിഞ്ഞില്ല. പാരീസ് വിടാൻ ആയിരം കാരണങ്ങളുണ്ടായിരുന്നതായി ഏതാനും മാസങ്ങൾക്കു ശേഷം തിയോയ്ക്കെഴുതിയ കത്തിൽ വിൻസന്റ് സൂചിപ്പിച്ചു. തിളങ്ങുന്ന ആകാശത്തിൽ പുതിയ വെളിച്ചം തേടാനുള്ള ശ്രമത്തിലാണ് താനെന്നു അദ്ദേഹമെഴുതി. പാരീസിനെ ആവരണം ചെയ്തു നിൽക്കുന്ന ശൈത്യവും അസഹനീയവുമായ ശബ്ദവും മാത്രമല്ല, രുചിയില്ലാത്ത, വൃത്തികെട്ട വീഞ്ഞും വഴുവഴുപ്പുള്ള ഇറച്ചിയും കാരണങ്ങളായി അദ്ദേഹം പറഞ്ഞിരുന്നു. പാരീസിൽ തിരക്കുകളിൽപ്പെടാതെ ജീവിക്കാൻ സാധിക്കുമായിരുന്നില്ലെന്ന് വിൻസന്റ് പരാതിപ്പെട്ടു. വിൻസന്റിന്റെ ജീവിതം നിർത്താതെയുള്ള ഓട്ടമായിരുന്നു.

ആർട്ട് ഡീലറായി ഏഴു വർഷം ചെലവിട്ട ശേഷം വൈദികനായും സുവിശേഷ പ്രസംഗകനായും ജീവിക്കാൻ പരിശ്രമിച്ച് പരാജയപ്പെട്ടതോടെ ചിത്രമെഴുത്തിനുവേണ്ടിയാണ് താൻ ജനിച്ചതെന്ന തിരിച്ചറിവ് സാക്ഷാൽക്കരിക്കാനായി സ്വയം സമർപ്പിച്ച വിൻസന്റ് അനുഭവിച്ച യാതനകൾ, നടന്നുവന്ന കനൽവഴികൾ, നേരിട്ട ദുഃഖങ്ങൾ, നിരാശതകൾ സമാനതകളില്ലാത്തവയായിരുന്നു. അവസാനം മുപ്പത്തേഴാമത്തെ വയസ്സിൽ മരിക്കുമ്പോൾ, വെളിച്ചമോ കാറ്റോ ഇല്ലാത്ത കറുത്തിരുണ്ട അജ്ഞാതമായ ഒരു ലോകത്തിന്റെ ആഴങ്ങളിൽ ഇറങ്ങിച്ചെന്ന അനുഭവവും അദ്ദേഹത്തിനുണ്ടായിരുന്നു. ബോറിനേജിലെ കൽക്കരി ഖനിക്കുള്ളിൽ തൊഴിലാളികളോടൊപ്പം നൂണ്ട് ഇറങ്ങിച്ചെല്ലുമ്പോൾ അദ്ദേഹം ഒരു വൈദികനായിരുന്നു. യേശുക്രിസ്തുവിന്റെ ദൂതൻ. അവിടെ നിന്ന് വർഷങ്ങൾക്കുശേഷം ചിത്രമെഴുത്തുകാരനായി ചിത്രകലാ പ്രപഞ്ചത്തെ തിരുത്തിയെഴുതിയ വിൻസന്റ് അർലീസ് എന്ന സ്ഥലത്തു താമസിക്കുന്നതിനിടയിൽ ഉന്മാദത്തിന്റെ അജ്ഞാത ലോകത്തിൽ വഴുതി വീണെങ്കിലും അവിടെ നിന്ന് പതുക്കെ കരകയറുകയുണ്ടായി. അങ്ങനെ അതൊരു ഉയിർത്തെഴുന്നേൽപ്പോ പുനർജന്മമോ ആയി.

ഖനിത്തൊഴിലാളികൾക്കിടയിൽ

മാർകാസ്സേയെന്നും ഫ്രാമിയേഴ്സെന്നും പേരിലറിയപ്പെടുന്ന ബോറിനേജിലെ കൽക്കരി ഖനികളുടെ നിഴലിലുള്ള വാസ്മേസ് എന്ന നഗരത്തിൽ വിൻസന്റ് വർഷങ്ങൾക്കു മുൻപ് ചെന്നത് താനേറ്റെടുത്ത വൈദികവൃത്തിയുടെ ഭാഗമായിട്ടായിരുന്നു. അവിടെ പുതുതായി ആരംഭിച്ച

പള്ളിയിലെ പുരോഹിതനായി നിയമിക്കപ്പെട്ട വിൻസന്റ് ആദ്യം ശ്രദ്ധിച്ചത്, ഖനിത്തൊഴിലാളികളുടെ നിരക്ഷരരായ കുട്ടികളുടെ സംരക്ഷണമായിരുന്നു. അതിന്റെ തുടക്കമായി ആ കുട്ടികൾക്ക് വേദപുസ്തകത്തിൽ നിന്നുള്ള കഥകൾ പറഞ്ഞുകൊടുത്തു. വൈകുന്നേരങ്ങളിൽ വിൻസന്റ് അവരുടെ കിടപ്പാടങ്ങളിൽച്ചെന്ന് വേദക്ലാസ്സുകളെടുത്തു. രോഗികളെ സന്ദർശിച്ച് അവരെ ആശ്വസിപ്പിക്കുന്നത് ചെറുപ്പക്കാരനായ ആ സുവിശേഷകന്റെ പതിവായി. "രോഗിയായി കിടക്കുന്ന ഒരു വൃദ്ധയെ സന്ദർശിച്ച് അവരുടെ അടുത്തിരുന്നു വേദപുസ്തകം ഞാൻ വായിച്ച് കേൾപ്പിച്ചു. ഭക്തി നിറഞ്ഞ ഒരു ജീവിതമായിരുന്നു അവരുടേത്" തിയോയെ ജ്യേഷ്ഠൻ അറിയിച്ചു. "അവൻ അവിടെ സംതൃപ്തനാണെന്ന് തോന്നുന്നു. ഒടുവിൽ വിജയിക്കാൻ അവന് കഴിയുന്നല്ലോ" വിൻസന്റിന്റെ പിതാവ് തിയോഡോറസ് എഴുതി. ഖനിത്തൊഴിലാളികളുടെ മൃഗതുല്യമായ ജീവിതം അദ്ദേഹം സ്വന്തം അനുഭവമാക്കി. അറുന്നൂറിൽപ്പരം മീറ്റർ ആഴത്തിലുള്ള ഖനിക്കുള്ളിൽ പോയപ്പോൾ വിൻസന്റിനുണ്ടായത്, മറ്റൊരു വിധത്തിൽ നരകത്തിൽപ്പോയ അനുഭവം. അതിനുശേഷം വിൻസന്റിന്റെ പെരുമാറ്റത്തിൽ മാറ്റം വന്നു. അത് തിരിച്ചറിഞ്ഞ അദ്ദേഹത്തിന്റെ പിതാവ് എഴുതി: "വീണ്ടും അവൻ കുഴപ്പത്തിലാവുകയാണെന്നു തോന്നുന്നു."

വൈദികന്റെ പ്രവർത്തനങ്ങളുമായി പൊരുത്തപ്പെടാനോ അയാളെ തങ്ങളിൽ ഒരാളായി സ്വീകരിക്കാനോ ബോറിനേജുകാർക്ക് സാധിച്ചില്ല. എങ്കിലും അവരുടെ യാതനകളും ദുരിതങ്ങളും ഏറ്റെടുത്ത് അവരിൽ ഒരാളാവാൻ വിൻസന്റിനു ഒന്നും തടസ്സമായില്ല. കോളറ പടർന്നുപിടിച്ചപ്പോൾ രോഗികളെ ശുശ്രൂഷിക്കുന്നതിൽ അദ്ദേഹം പ്രദർശിപ്പിച്ച സ്നേഹവാത്സല്യം പക്ഷേ, അവർക്കു തിരിച്ചറിയാനായില്ല. അവരിൽ ഒരാളാകുന്നതിനായി വൈക്കോൽ പാകിയ ഒരു കുടിലിൽ താമസം മാറ്റിയ വിൻസന്റ് എല്ലാ സുഖസൗകര്യങ്ങളും ത്യജിച്ചു. "വസ്ത്രങ്ങളെല്ലാം ഉപേക്ഷിച്ചു, കയ്യിലുണ്ടായിരുന്ന പണം വിതരണം ചെയ്തു. കയ്യിൽ കെട്ടിയിരുന്ന വാച്ച് പോലും വേണ്ടെന്നു വെച്ചു. അങ്ങനെ നിസ്വാർത്ഥ ത്യാഗത്തിന്റെ ആൾരൂപമായി മാറിയെങ്കിലും നാട്ടുകാരും പള്ളി അധികൃതരും വിൻസന്റിന്റെ പെരുമാറ്റത്തെ സംശയത്തോടെയാണ് വീക്ഷിച്ചത്. എല്ലാവരും അദ്ദേഹത്തെ ഒഴിവാക്കാൻ ശ്രമിച്ചു. ഖനി അപകടത്തിൽ പരിക്കേറ്റവരെ രക്ഷിക്കാൻ മുന്നിട്ടിറങ്ങിയപ്പോഴും വിൻസന്റിനെ തങ്ങളിൽ ഒരാളായി അവർ സ്വീകരിച്ചില്ല. അദ്ദേഹത്തിന്റെ പ്രവർത്തനങ്ങൾ വിലയിരുത്തിയ പള്ളി അധികൃതരും നിഷേധാത്മകമായ നിലപാടിലായിരുന്നു. അതിന്റെ അടിസ്ഥാനത്തിൽ പള്ളിയുടെ പ്രവർത്തനങ്ങളിൽനിന്ന് അദ്ദേഹം ഒഴിവാക്കപ്പെട്ടു.

പീഡനത്തിന്റെ മുള്ളുകൾ കുത്തിത്തറച്ച വിൻസന്റ് അക്കാലത്ത് ആത്മഹത്യയെപ്പറ്റി ആലോചിച്ചു. തിയോയ്ക്കെഴുതിയ കത്തിൽ ആ ആലോചനയുടെ നിഴൽവീണു കിടക്കുന്നു. "എന്റെ ജീവിതത്തിനു യാതൊരു വിലയുമില്ലാതായിരിക്കുന്നു. സ്വയം നിന്ദ തോന്നുന്ന ദിവസങ്ങൾ." ആ

ദുഃഖവുമായാണ് ശാരീരികവും മാനസികവുമായി തളർന്ന നിലയിൽ ബോറിനേജിനോട് അദ്ദേഹം യാത്ര പറയുന്നത്. കയ്യിലുണ്ടായിരുന്ന ഏതാനും ഫ്രാങ്കുകൾകൊണ്ട് ടിക്കറ്റെടുത്തു, എവിടെയോ പോകുന്ന ഏതോ ട്രെയിനിൽ കയറി. കൊടിയ ശൈത്യവും മഴയും നേരിട്ട് കയ്യിൽ പണമൊന്നുമില്ലാതെ, ഭക്ഷണം കഴിക്കാൻ നിവൃത്തിയില്ലാതെ, കിടന്നുറങ്ങാൻ ഒരിടമില്ലാതെ വെറുമൊരു നാടുതെണ്ടിയായി അദ്ദേഹം യാത്ര ചെയ്തു. വൈക്കോൽ കൂനകളിലും ഓടാത്ത ട്രെയിൻ വാഗനുകളിലും രാത്രികാലങ്ങൾ ചെലവഴിച്ച അദ്ദേഹം അവശനായി. "ഈ നിലയിൽ എനിക്കാരും നിസ്സാരമായ ഒരു തൊഴിൽപോലും നൽകുകയില്ല."

ഭ്രാന്തനായി മുദ്രകുത്തപ്പെട്ട കാലം

മൂന്നു ദിവസത്തെ അലച്ചിലിൽ മരണവുമായി മുഖാമുഖം കണ്ട നിമിഷങ്ങളെപ്പറ്റി പിന്നീട് വിൻസന്റ് ഓർമ്മിച്ചിരുന്നു. അങ്ങനെ അനാഥനായി അലഞ്ഞുതിരിഞ്ഞ ശേഷം മടങ്ങിവന്ന വിൻസന്റിനെ രക്ഷിക്കുക ദുഷ്കരമാണെന്ന തോന്നലിന്റെ അടിസ്ഥാനത്തിലാണ് തന്റെ മൂത്തമകനെ ഒരു മനോരോഗാശുപത്രിയിലാക്കുന്നതാണ് ഉചിതമായ പോംവഴിയെന്ന് യേശുക്രിസ്തുവിന്റെ അനുയായിയായ വിൻസന്റിന്റെ പിതാവ് തിയോഡോറസ് തീരുമാനിച്ചത്. എങ്കിലും അതു നടന്നില്ല. ഒരു ഡോക്ടർ പരിശോധിച്ച് നൽകുന്ന സർട്ടിഫിക്കറ്റ് വേണമായിരുന്നു മനോരോഗാശുപത്രിയിലെ പ്രവേശനത്തിന്. ഡോക്ടറെ സന്ദർശിക്കാൻ ഹേഗിൽ പോകാൻ സമ്മതിച്ചെങ്കിലും അച്ഛന്റെ ഉദ്ദേശ്യം ഊഹിച്ച വിൻസന്റ് അതിൽ നിന്നു അവസാന നിമിഷം പിന്മാറി. അപ്പോൾ അവശേഷിക്കുന്ന ഒരു പോംവഴി, കുടുംബത്തിലെ മുതിർന്നവർ സമ്മേളിച്ച് ഒരു തീരുമാനമെടുക്കുകയെന്നതായിരുന്നു. "അത്തരമൊരു യോഗത്തിനായി അച്ഛൻ മുൻകയ്യെടുത്തു. എന്നെ ഭ്രാന്തനാക്കി ആശുപത്രിയിൽ അടച്ചുപൂട്ടാനുള്ള തീരുമാനത്തിനായി" പിന്നീട് അതേപ്പറ്റി വിൻസന്റ് എഴുതിയിട്ടുണ്ട്. അതും നടന്നില്ല.

ആപൽക്കാരിയായി മാറിയ മകനുമായി ആർക്കും ഇടപഴകാൻ നിവൃത്തിയില്ലാതായിരിക്കുകയാണെന്നു പറയാൻ സന്നദ്ധനായ അച്ഛനുമായി വിൻസന്റ് കലഹിച്ചു. അതിനൊടുവിൽ അദ്ദേഹം വീടുവിട്ടിറങ്ങി. എവിടെ പോകണമെന്ന് നിശ്ചയമില്ലായിരുന്നു. ആ അവസ്ഥ അറിയിച്ചുകൊണ്ട് തിയോയ്ക്ക് വിൻസന്റ് എഴുതി: "ഞാൻ വരയ്ക്കാൻ തുടങ്ങി." ബോറിനേജിലുണ്ടായ ദുരന്താനുഭവങ്ങൾ പരിപൂർണ്ണമായി വിസ്മരിച്ച് ചിത്രരചനയുടെ മായിക ലോകത്തേക്ക് മടങ്ങിപ്പോയി അവിടെ ശാശ്വതമായൊരിടം സ്ഥാപിക്കാനായിരുന്നു അദ്ദേഹം മോഹിച്ചതെന്ന് തുടർന്നെഴുതിയ കത്തുകളിൽ സൂചിപ്പിച്ചിരുന്നു. ഒരു തൊഴിൽ കണ്ടെത്തി സ്വന്തം കാലിൽ നിൽക്കാൻ വിൻസന്റിനെ പാകപ്പെടുത്താൻ നടത്തിയ ശ്രമങ്ങൾക്കിടയിൽ, ബുക്ക്, കീപ്പിംഗ്, മരപ്പണി എന്നിവയെപ്പറ്റി തിയോ നിർദ്ദേശിച്ചെങ്കിലും അതിനോട് വിൻസന്റ് മുഖം തിരിച്ചു.

മാഡം ജിനോക്സ്

ചർച്ചയ്ക്കിടയിലൊരിക്കൽ പ്പോലും തന്റെ സഹോദരനോട് ചിത്രമെഴുത്തുകാരനാകണ മെന്ന് തിയോ അഭിപ്രായപ്പെട്ടിരു ന്നില്ല. വിൻസന്റ് ചിത്രമെഴുത്തു കാരനാകുമെന്ന് തിയോ കരുതി യിരുന്നേയില്ലെന്നതാണ് യാഥാർത്ഥ്യം. അതിനു പാക ത്തിലുള്ള മാനസികാവസ്ഥ വിൻസന്റിനില്ലെന്ന് അയാൾ വിചാരിച്ചിരുന്നു. ആ സാഹചര്യ ത്തിലാണ് സ്കെച്ച് പാഡും വാട്ടർ കളറും ഉപേക്ഷിച്ച് ഒരു തൊഴിലിന്നാവശ്യമായ പരിച യവും പരിശീലനവും തേടണ മെന്ന് ഉപദേശിച്ചത്.

ബുക്ക് കീപ്പിംഗിലോ മരപ്പണിയിലോ പരിശീലനം നേടിയാൽ അതൊരു ജീവിതമാർഗ്ഗമാകുമെന്ന തിയോയുടെ നിർദ്ദേശത്തോട് വിൻസന്റ് യോജിച്ചില്ല. പകരം ഭൂപടങ്ങൾ ഉണ്ടാക്കുകയും ചെറിയ സ്കെച്ചുകൾ നിർമ്മിക്കുകയും ചെയ്ത വിൻസന്റിന് ആത്മവിശ്വാസം പകർന്നതായിരുന്നു ഭൂപടങ്ങൾ വാങ്ങാൻ ആളുകൾ തയ്യാറായത്. ആ പശ്ചാത്തലത്തിൽ സ്കെച്ചും ബുക്കുമായി തെരുവുകളിൽ യാത്ര ചെയ്ത് ചിത്രങ്ങൾ വരയ്ക്കാൻ തുടങ്ങിയത് ഓർമ്മിക്കവേ, 'മതത്തിലൂടെ എത്താനായി ലക്ഷ്യം വെച്ച ഉന്നതങ്ങളിലേക്കുള്ള വഴി തന്നെയാണ് കല'യെന്ന് അദ്ദേഹം രേഖപ്പെടുത്തിയിട്ടുണ്ട്. ബോറിനേജിലെ അനുഭവങ്ങൾ ഒരു ദുഃസ്വപ്നമായി അവശേഷിച്ചെങ്കിലും അതുണ്ടാക്കിയ വൈകാരികമായ ആഘാതത്തെ അതിജീവിക്കാൻ അദ്ദേഹത്തിനു സാധിച്ചു. ചിത്രരചനയെ ഗൗരവമായെടുത്ത ജ്യേഷ്ഠനോട് സസ്യാശ്യാമളതീരമായ ഫ്ളോണ്ടിബ്ലൂവിനടുത്തുള്ള ബ്രാബിയോൺ സന്ദർശിക്കുന്നത് പുതിയ അനുഭവമായിരിക്കുമെന്നും പല ചിത്രമെഴുത്തുകാരും അവിടെപ്പോയി താമസിച്ച് ചിത്രരചനയിൽ ഏർപ്പെടാറുണ്ടെന്നും തിയോ നിർദ്ദേശിച്ചു. അതിന്റെ ചെലവിനായി അൻപതു ഫ്രാങ്കും അയച്ചുകൊടുത്തു.

കെട്ടുകഥകളുടെ ഭാരവുമായി

പതിനഞ്ചാമത്തെ വയസ്സിൽ സെക്കൻഡറി വിദ്യാഭ്യാസം പൂർത്തിയാക്കിയ ശേഷം മാതുലന്മാരുടെ പ്രേരണയാൽ ആർട്ട് ഡിലർ ആയി ജീവിക്കാൻ തീരുമാനിക്കുമ്പോൾ, വൈദികനായ തിയോഡറസ് വാൻ ഗോയുടെയും അന്ന കോർണീലിയ കാർബെൻറ്റസിന്റേയും മൂത്തമകൾ എവിടെയൊക്കെ ചെന്നെത്തുമെന്നും നരകതുല്യമായ ഏതൊക്കെ

യാതനകൾക്കു വിധേയനാകുമെന്നും ആരും സങ്കല്പിച്ചിരുന്നില്ല. എന്നാൽ, വിൻസന്റിന്റെ ജനനം ഒരിക്കലും ഉത്തരം കണ്ടെത്താനായിട്ടില്ലാത്ത ഒരു കെട്ടുകഥയുമായി ബന്ധപ്പെട്ടതാണെന്നും അതൊരു ശാപമോ പാപമോ ആയി വിൻസന്റിനെ വേട്ടയാടിയിരുന്നുവെന്നും ചിലരെങ്കിലും വിശ്വസിച്ചിരുന്നു.

1853 മാർച്ച് മുപ്പതാം തീയതി നെതർലാന്റ്സിലെ ഗ്രൂട്ട് സുഡേർട്ടിൽ വിൻസന്റ് ജനിക്കുന്നതിനു ഒരു വർഷം മുൻപ് ഒരു ചാപിള്ളയ്ക്ക് അന്ന ജന്മം നൽകിയിരുന്നു. വിൻസന്റ് എന്ന് പേരിട്ട് അടക്കം ചെയ്ത ആ കുട്ടിക്ക് പകരക്കാരനായാണ് വിൻസന്റ് ജനിച്ചതെന്ന് മാതാപിതാക്കൾ വിശ്വസിച്ചിരുന്നു. ആ വിവരത്തിൽ നിന്നുളവായ അധമബോധം വിൻസന്റിനെ മാനസികമായി വേട്ടയാടിയിരുന്നുവെന്നും അദ്ദേഹത്തിന്റെ ജീവിതത്തിൽ അതൊരു കാർമേഘമായി നിഴൽപരത്തി നിന്നിരുന്നുവെന്നും മനഃശാസ്ത്രജ്ഞർ കരുതിയിരുന്നു. തീവ്രവികാരവിക്ഷോഭത്തിൽപ്പെട്ട് വിൻസന്റ് ആടിയുലയുകയും തളരുകയും ചെയ്യുന്നത് പതിവായിരുന്നു. ലോകത്തെ വിസ്മയിപ്പിച്ച അദ്ദേഹത്തിന്റെ പെയിന്റിംഗുകളുടെ ഉറവിടം ആ വികാരക്ഷോഭമായിരുന്നുവെന്ന് വിൻസന്റിന്റെ സ്വഭാവസവിശേഷതകൾ അപഗ്രഥിച്ചു പഠിച്ചിട്ടുള്ളവർ ചൂണ്ടിക്കാണിച്ചിട്ടുണ്ട്.

സെവൻബർഗനിലെ ബോർഡിംഗ് സ്കൂളിൽ രണ്ടു വർഷം ചെലവിട്ട ശേഷം ടിൽബർഗിലെ കിങ് വില്യം സെക്കൻഡറി സ്കൂളിൽ നിന്ന് സെക്കൻഡറി വിദ്യാഭ്യാസം പൂർത്തിയാക്കിയ വിൻസന്റ് തുടർന്നു പഠിച്ചില്ല. പകരം പതിനഞ്ചു വയസ്സുള്ള ആ ബാലൻ ജീവിതായോധനത്തിനു ചുവടുകൾ വെച്ചത് പെയിന്റിംഗുകളുടെ കച്ചവടരംഗത്തായിരുന്നു. ഗൂപ്പിൽ ആന്റ് സീ എന്ന പേരിൽ ഹേഗിൽ അറിയപ്പെട്ടിരുന്ന ആർട്ട് ഡീലർമാരുടെ സ്ഥാപനമായിരുന്നു അത്. വിൻസന്റിന്റെ മാതുലന്മാരായ കോർണിലിയസും വിൻസന്റും സ്വന്തം നിലയിൽ സ്ഥാനം ഉറപ്പിച്ച ആർട്ട് ഡീലർമാരായിരുന്നു. അങ്ങനെ കലാരംഗവുമായി ബന്ധപ്പെട്ട ഒരു കുടുംബത്തിലെ അംഗമെന്ന നിലയ്ക്ക് ആദ്യം വിൻസന്റും തുടർന്ന് അനുജനായ തിയോയും ആർട്ട് ഡീലർമാരായി. ആ രംഗത്ത് വിൻസന്റിന്റെ അനുജൻ അംഗീകാരം തേടി.

ലോകത്തിലെ ഏറ്റവും വലിയ നഗരമെന്ന് അറിയപ്പെട്ടിരുന്ന ലണ്ടനിലെ ഗൂപ്പിൽ ബ്രാഞ്ചിലേക്ക് (1873) സ്ഥലം മാറ്റപ്പെട്ട വിൻസന്റ് എത്തപ്പെട്ടത് ഒരു പുത്തൻ ലോകത്തായിരുന്നു. സാംസ്കാരികമായി, അതുവരെ പരിചയപ്പെട്ടതിൽ നിന്നു ഭിന്നമായ നിറങ്ങളും മണങ്ങളുമുള്ള അന്തരീക്ഷം. കൂട്ടുകാരുമൊത്ത് ക്ലബ്ബുകളും കഫേകളും സന്ദർശിക്കുന്നതിലോ പല സ്ഥലങ്ങളിൽ നിന്നുമെത്തിയ സുന്ദരികളുമായി ബന്ധമുണ്ടാക്കുന്നതിലോ, ആ ഇരുപതുകാരന് യാതൊരു കൗതുകവുമുണ്ടായിരുന്നില്ല. ഹാക്ഫോർഡ് റോഡിലെ (ബ്രിക്സ്സൺ) നാല്പത്തിയേഴാം നമ്പർ വസതിയിൽ നിസ്സാര വാടകയ്ക്ക് കിട്ടിയ ഒരു മുറിയിലായിരുന്നു വിൻസന്റ് താമസിച്ചിരുന്നത്. ആൺകുട്ടികൾക്കുവേണ്ടി ചെറിയൊരു പാഠശാല ആ വസതിയുടെ ഉടമകളായ യൂജിൻ ഹോയറും മകൾ ഉർസുലയും ചേർന്ന് നടത്തിയിരുന്നു. ഒച്ചയും ബഹളവുമില്ലാത്ത

ഡോക്ടർ ഗാച്ചറ്റിന്റെ പോർട്രയറ്റ്

മാർഗരറ്റ്

ശാന്തമായ ആ വസതിയിലെ അന്തരീക്ഷം സ്വന്തം വീട് വിടേണ്ടി വന്ന സങ്കടത്തെ അതിജീവിക്കാൻ വിൻസന്റിനെ സഹായിച്ചു. പുറമേ വീട്ടുടമകളുടെ സ്നേഹസൗമ്യതയും ആ ചെറുപ്പക്കാരന് ആശ്വാസമായി. ഒരു കൊല്ലം മാത്രമാണ് വിൻസന്റ് അവിടെ താമസിച്ചത്.

അപ്രതീക്ഷിതമായിരുന്നു, ആർട്ട് കളക്ടറായ മാതുലനായ വിൻസന്റിന്റെ സഹായം അതിനു പിന്നിലുണ്ടായിരുന്ന വിവരം അറിഞ്ഞിരുന്നില്ല, വിൻസന്റിന് പാരീസിലേക്ക് മാറ്റം കിട്ടിയത്. അവിടെയെത്തിയ വിൻസന്റിനെ വരവേറ്റത്, താൻ വിട്ടുപോയ പഴയ നഗരമായിരുന്നില്ല. ഇംപ്രഷണിസ്റ്റ് പെയിന്റർമാർ സൃഷ്ടിച്ച കൊടുങ്കാറ്റിൽ പാരീസിലെ ചിത്രകലാലോകം ആടി ഉലയുകയായിരുന്നു അപ്പോൾ. റെൻവാറിന്റേയും മോനേയുടെയും സാരഥ്യത്തിൽ പുതിയ പെയിന്റർമാർ പഴയ ചിത്രരചനാരീതികളെ ചോദ്യം ചെയ്യുകയോ നിരാകരിക്കുകയോ ചെയ്തിരുന്നു. പ്രസന്നമായ നിറങ്ങൾ ഉപയോഗിച്ച് അവർ സൃഷ്ടിച്ച ചിത്രലോകം ജീവന്റെ തുടിപ്പുകൾ നിറഞ്ഞതായി. എന്നാൽ, വിൻസന്റ് ഈ മാറ്റങ്ങളൊന്നും അറിഞ്ഞതേയില്ല. തന്റെ മുൻപിൽ അരങ്ങേറുന്ന ചരിത്രമാറ്റങ്ങൾക്ക് നിശ്ശബ്ദ സാക്ഷിയാവുകമാത്രം ചെയ്ത വിൻസന്റിന്റെ കൗതുകവും താത്പര്യവും മറ്റു ചിലയിടങ്ങളിലായിരുന്നു. ബൈബിളും മറ്റു വിശുദ്ധ ഗ്രന്ഥങ്ങളും ആ ചെറുപ്പക്കാരനെ പൂർണ്ണമായി അപഹരിച്ചു. ഗൂപ്പിലുമായി പൊരുത്തപ്പെടാനാവാത്ത സംഭവവികാസങ്ങൾ വിൻസന്റിന്റെ ഭാവിക്കു നേരെ ചോദ്യചിഹ്നമായി ഉയർന്നു വരുന്നത് ഈ ഘട്ടത്തിലായിരുന്നു.

സുവിശേഷകനാകാനുള്ള ശ്രമം

ഏഴ് കൊല്ലത്തെ സേവനം മതിയാക്കി ഗൂപ്പിലിൽ നിന്നു പുറത്തു വരുമ്പോൾ, എന്തു ചെയ്യണമെന്നോ എവിടെ പോകണമെന്നോ നിശ്ച യമില്ലാതിരുന്ന വിൻസന്റിനെ ഏറ്റനിലുള്ള കുടുംബഗൃഹത്തിലേക്കു മട ങ്ങാൻ മാതാപിതാക്കൾ നിർദ്ദേശിച്ചു. എന്നാൽ, അത് സ്വീകരിക്കാതെ, ഇംഗ്ലണ്ടിലേക്കു മടങ്ങിയ വിൻസന്റ് റാംസ്ഗേറ്റിലുള്ള റവറന്റ് വില്യം സ്റ്റോക്സിന്റെ വിദ്യാലയത്തിൽ അദ്ധ്യാപകനായി. അവിടെ നിന്നു ഇൻസ്വർത്തിലുള്ള റവറന്റ് ബ്ലഡ് ജോൺസിന്റെ വിദ്യാലയത്തിലെ ത്തിയ വിൻസന്റിന്റെ പ്രധാന അഭിലാഷം ഒരു സുവിശേഷ പ്രസംഗക നാവുകയെന്നതായിരുന്നു. അദ്ധ്യാപകനായി പ്രവർത്തിക്കുന്നതിനിടയിൽ ഗാലറികളും മ്യൂസിയങ്ങളും സന്ദർശിക്കുക പതിവാക്കി വിൻസന്റ്. വായ നയിലും ശ്രദ്ധിച്ചു. ജോർജ് എലിയട്ടിന്റേയും ചാൾസ് ഡിക്കൻസിന്റേയും നോവലുകളിലൂടെ ഇംഗ്ലീഷ് സാഹിത്യത്തിലെത്തപ്പെട്ട അദ്ദേഹം ബ്രോണ്ടി സഹോദരിമാരുടെ നോവലുകളും ഷേയ്ക്സ്പിയറിന്റെ നാട കങ്ങളും വായിച്ചു. പിന്നീടാണ് എമിലി സോളയിലും വിക്ടർ ഹ്യൂഗോ യിലും വിൻസന്റെത്തുന്നത്. ഷേയ്ക്സ്പിയറിന്റെ നാടകങ്ങൾ വിൻസന്റിനെ അക്ഷരാർത്ഥത്തിൽ കീഴ്പ്പെടുത്തിയെന്നതിന്റെ പ്രഖ്യാ പനമായിരുന്നു. ആ കൃതികളെപ്പറ്റി നടത്തിയ നിരീക്ഷണം. "എന്റെ ദൈവമേ, ഷേയ്ക്സ്പിയറിനെപ്പോലെ ആരുണ്ട് എല്ലാം അറിയുന്നവ നായി? തീവ്രവികാരം സൃഷ്ടിക്കുന്ന ചലനത്തിൽപ്പെട്ട് വിറയ്ക്കുന്ന ബ്രഷുമായി നിൽക്കുന്ന ഒരാളെയാണ് അദ്ദേഹത്തിന്റെ ആവിഷ്കാര സാമർത്ഥ്യം ഓർമ്മിപ്പിക്കുന്നത്."

റവറന്റ് ജോൺസിന്റെ ഉപദേശം സ്വീകരിച്ച് വൈദികനായും സുവി ശേഷം പ്രസംഗകനായും ജീവിക്കാൻ തയ്യാറെടുത്തിരുന്നതിനിടയിൽ ഒരു ഞായറാഴ്ച പ്രസംഗം തയ്യാറാക്കി അദ്ദേഹം നടത്തിയ പ്രഭാഷണം എല്ലാവരേയും നിരാശപ്പെടുത്തി. അതോടെ ആ തൊഴിലുമായി മുന്നോട്ടു പോവുക അസാദ്ധ്യമാണെന്ന തോന്നൽ ബലപ്പെട്ട സാഹചര്യത്തിൽ അവിടം വിട്ട് കൽക്കരി ഖനിത്തൊഴിലാളികളോടൊപ്പം ജീവിച്ച് യേശു വിന്റെ സന്ദേശം അവരിലെത്തിക്കാനായി ബോറിനേജിലേക്ക് അദ്ദേഹം പോയി. ഒടുവിൽ അവിടുത്തെ അനുഭവവും ദുരന്തത്തിൽ അവസാനിച്ചു.

ഈശ്വരവിശ്വാസം ഉപേക്ഷിക്കാതെ തന്നെ, ചിത്രകലയിലേക്ക് തിരി യാനും അതിൽ ആധിപത്യം സ്ഥാപിക്കാനും വിൻസന്റ് സ്വന്തം ജീവിതം സമർപ്പിച്ചതും ബ്രസ്സൽസിൽ താമസിക്കവെ ചിത്രരചനയിൽ പരിശീലനം നേടാൻ ശ്രമിച്ചതും അതിനു മുൻപ് തിയോളജിയിൽ ഉന്നത വിദ്യാഭ്യാസം നേടാനുള്ള ശ്രമം വിഫലമായതും ജീവിതത്തെ ആടി ഉലച്ച അനുഭവ ങ്ങളായിരുന്നു. ജീവിതത്തെ വലിയൊരു പരീക്ഷണം മാത്രമാക്കുക മാത്ര മല്ല അദ്ദേഹം ചെയ്തത്. സ്വന്തം സ്വപ്നങ്ങളുടെ സാക്ഷാൽക്കാരത്തി നായി അദ്ദേഹം കുരിശിലേറി. അതിൽ നിന്നുണ്ടായ ക്ലേശങ്ങളും ദുരിത ങ്ങളും സങ്കടങ്ങളും ഒടുവിൽ വിൻസന്റിന്റെ മനസ്സിന്റെ താളം തെറ്റിച്ചു.

7 സെന്റ് റെമിയിൽ ഒരു കൊല്ലം

"എന്നെ മടങ്ങാൻ അനുവദിക്കൂ" എന്ന അപേക്ഷ മാനിച്ച് യാത്ര പൂർത്തിയാക്കാനാവാതെ വിൻസന്റുമായി സെന്റ് റെമിയിലെത്തുമ്പോൾ, ഫ്രെഡറിക് സാലിസ് താനേറ്റെടുത്ത ചുമതല നിർവ്വഹിക്കാനാവാത്തതിൽ കുണ്ഠിതനായിരുന്നു. ആശുപത്രിയിൽ നിന്നിറങ്ങുമ്പോൾ ചെറിയൊരു വീടാണെങ്കിലും ആരുടേയും ശല്യമില്ലാതെ വിൻസന്റിനു സ്വാതന്ത്ര്യത്തോടെ താമസിക്കാനും ചിത്രമെഴുത്തിൽ മുഴുകാനും സാധിക്കുമെന്നായിരുന്നു അദ്ദേഹം പ്രതീക്ഷിച്ചത്. പക്ഷേ, സാലിസിന്റെ കണക്കുകൂട്ടലുകൾ പിഴച്ചു. ആരുടെയും സഹായമില്ലാതെ ഒറ്റയ്ക്ക് ജീവിക്കേണ്ടിവരുമെന്ന വിചാരം പേടിസ്വപ്നം പോലെ വിൻസന്റിനെ ഉലച്ചു. അപ്പോഴാണ് മടങ്ങിപ്പോകണമെന്ന് അദ്ദേഹം ശഠിച്ചത്.

ആൽപ്സ് മലനിരകളുടെ ഹൃദയതടത്തിലുള്ള പുരാതനമായ സന്ന്യാസമഠമായിരുന്നു സെന്റ് പോൾ മഠം. "കാറ്റും വെളിച്ചവും തുറസ്സുകളും മനോഹരങ്ങളായ മരങ്ങളും. മലനിരകളിൽ നിന്നൊഴുകിയെത്തുന്ന തണുത്ത ശുദ്ധജലം. ജനനിബിഡങ്ങളായ സ്ഥലങ്ങളിൽ നിന്ന് അകലെയുള്ള ആശുപത്രിയും വിശ്രമസങ്കേതവും സെന്റ് റെമിയുടെ ഭാഗമായിരുന്നു. സെന്റ് പോളിന്റെ നാമധേയത്തിലുള്ളതായിരുന്നു ആ സ്ഥാപനം. മനസ്സിന്റെ താളം തെറ്റിയവരെ പരിചരിച്ച്, സാധാരണ ജീവിതത്തിലേക്കും മടങ്ങിപ്പോകാനുള്ള രാജപാത ഒരുക്കുന്നതാണ് ഈ മഠത്തിൽ സേവനമനുഷ്ഠിക്കുന്നവരുടെ ധർമ്മവും കർമ്മവുമെന്ന് അവർ അവകാശപ്പെട്ടു.

രണ്ടു മണിക്കൂർ നീണ്ട, ദുർഘടങ്ങൾ നിറഞ്ഞ ട്രെയിൻ യാത്രയ്ക്കു ശേഷം വിൻസന്റുമായി സെന്റ് റെമിയിലെത്തിയ സാലിസ് ഒരു കത്തിലൂടെ തിയോയെ ഇങ്ങനെ അറിയിച്ചു: "യാത്രയ്ക്കിടയിൽ വിഷമങ്ങളൊന്നുമുണ്ടായില്ല. വിൻസന്റ് തന്റെ അവസ്ഥ ഡയറക്ടറോട് വിശദീകരിച്ചു. യാത്ര പറഞ്ഞ് പിരിയുന്നതുവരെ എന്നോടൊപ്പമുണ്ടായിരുന്ന അദ്ദേഹം,

ഞാൻ പുറത്തിറങ്ങിയപ്പോൾ വല്ലാത്ത സങ്കടത്തിലാവുകയാണെന്ന് എനിക്കു തോന്നി. തന്നെ കാത്തിരിക്കുന്ന പുതിയ അനുഭവങ്ങൾ ഓർമ്മിച്ചായിരിക്കാം പെട്ടെന്ന് അദ്ദേഹം മൂകനായി. ഇവിടത്തെ താമസം വിൻസന്റിനു ഗുണകരമാകുമെന്നു തന്നെയാണ് എന്റെ വിശ്വാസം. അതിന്റെ ഫലമായി സ്വതന്ത്രമായി ജീവിതം നയിക്കാൻ അദ്ദേഹത്തിനു സാധിക്കും. വിൻസന്റിന്റെ അവസ്ഥ കണക്കിലെടുത്ത് എല്ലാ സഹായവും ലഭ്യമാക്കാമെന്ന് മി. പെയ്റോൺ എനിക്ക് ഉറപ്പ് നൽകിയിട്ടുണ്ട്."

1874 മുതൽ സെന്റ് പോൾ മഠത്തിൽ ഡയറക്ടറായി പ്രവർത്തിച്ചിരുന്ന ഡോക്ടർ തിയോഫൈൻ സാക്കറേ പെയ്റോണി (1927–95) നെ വിൻസെന്റ് വിശേഷിപ്പിച്ചത് ഒരു വാതരോഗിയെന്നായിരുന്നു. "കറുത്ത കണ്ണട ധരിച്ച, വിഭാര്യനായിരുന്നു അദ്ദേഹം. തന്റെ ജോലിയിൽ സന്തോഷമൊന്നും അദ്ദേഹത്തിനു കിട്ടിയിരുന്നില്ലെന്നാണ് തോന്നുന്നത്." ചികിത്സയ്ക്കും പരിചരണത്തിനുമെത്തുന്നവരുടെ സാമ്പത്തികസ്ഥിതി അനുസരിച്ചുള്ളതായിരുന്നു അവിടത്തെ താമസസൗകര്യം. സ്വിസ് പശുക്കളിൽ നിന്ന് കിട്ടിയിരുന്ന പാൽ സുലഭമായി എല്ലാവർക്കും ലഭ്യമാക്കിയിരുന്നു. തുന്നൽ പോലുള്ള ആയാസമില്ലാത്ത ജോലികൾക്ക് സ്ത്രീകൾ നിയോഗിക്കപ്പെട്ടു. വിശ്രമിക്കുന്നതിനിടയിൽ ബില്ല്യാർഡ് കളിക്കാനുള്ള സൗകര്യം പുരുഷന്മാർക്കു കിട്ടിയിരുന്നു. സംഗീതമഭ്യസിക്കാനും എഴുതാനും ചിത്രങ്ങൾ വരയ്ക്കാനുള്ള സജ്ജീകരണങ്ങളും ഒരു പ്രത്യേകതയായാണ് വിൻസന്റിനു തോന്നിയത്.

നല്ല ചിട്ടയും ഒതുക്കവുമുള്ള അന്തരീക്ഷവുമായി ഇണങ്ങാൻ സാധിച്ചതിൽ ആഹ്ലാദം രേഖപ്പെടുത്തവേ "ഇവിടെ വന്നത് നന്നായി" എന്ന് എഴുതിയ അദ്ദേഹം സ്വയം ആശ്വസിച്ചു: "മുൻപെങ്ങും അനുഭവിച്ചിട്ടില്ലാത്ത ഏകാന്തത കൈവന്നിരിക്കുന്നു. നിറയെ വെളിച്ചമുള്ള

ചെറുതെങ്കിലും നല്ല മുറി, ഇളം തവിട്ടുനിറം കലർന്ന പച്ചനിറത്തിലുള്ള വാൾപേപ്പർ ഭിത്തിക്കു ഭംഗി നൽകുന്നു. നല്ല കർട്ടൻ. ഇരിക്കാൻ കയ്യുള്ള കസേര." പൊലീസിന്റേയും ഉത്തമർണ്ണന്മാരുടെയും വീട്ടുടമകളുടെയും തെരുവുപിള്ളാരുടെയും നുണയന്മാരായ അയൽക്കാരുടെയും നിന്ദയും പീഡനവുമില്ലാതെ, ഏറെക്കാലമായി കൊതിച്ചിരുന്ന മനഃശാന്തി കിട്ടിയിരിക്കുകയാണെന്ന് തിയോയെ അറിയിച്ചിട്ട് വിൻസന്റ് എഴുതി. "പ്രകൃതിഭംഗി നോക്കി ഇവിടെ ഞാനിരിക്കുന്നു. നീലാകാശം നോക്കിയിരിക്കുന്നത് ഒരിക്കലും മുഷിയുന്നതല്ല." ആഴ്ചയിൽ രണ്ടു പ്രാവശ്യം, പലതരം ഔഷധങ്ങൾ ചേർത്ത ജലസ്നാനം സുഖപ്രദമായിരുന്നതായി അദ്ദേഹം ഓർമ്മിച്ചിരുന്നു. "എനിക്കെന്റെ ഇടം കണ്ടെത്താൻ കഴിഞ്ഞു" എന്ന് എഴുതുമ്പോൾ ആരും അറിഞ്ഞില്ല, ഒറ്റപ്പെടലിന്റെ വേദനയിലുള്ള വിൻസന്റിന്റെ മനസ്സിലെ നീറ്റൽ.

വീണ്ടും ചിത്രരചനയിലേക്ക്

ചുറ്റുപാടുകളുമായി ഇണങ്ങിത്തുടങ്ങിയതോടൊപ്പം ചിത്രരചനയിലേക്ക് മടങ്ങിയ വിൻസന്റിന്, അവിടെ ഒരു മുറി സ്റ്റുഡിയോയായി ഉപയോഗിക്കാനുള്ള അനുമതി കിട്ടി. അർലിസിൽ തുടങ്ങിയ 'ഗാർഡൻ കോർണേഴ്സ്' എന്ന് പേരിട്ട ചിത്രപരമ്പരയിലൂടെ പ്രകൃതിയുടെ ഭിന്ന ഭാവങ്ങളും താളങ്ങളും നിറക്കൂട്ടിലൂടെ ആവിഷ്കരിച്ചതിലൊന്നായിരുന്നു പിൽക്കാലത്ത് ആസ്വാദക ലോകത്തെ വിഭ്രമിപ്പിച്ച 'ഐറിസിസ്.' അക്കാര്യം തിയോയെ അറിയിച്ചുകൊണ്ട്, "തോട്ടത്തിലുള്ള രണ്ടു സസ്യജാലങ്ങൾ ചിത്രത്തിലാക്കാനുള്ള ശ്രമത്തിലാണെന്ന്" വിൻസന്റ് എഴുതി. "ഐറിസിസുകളും ലില്ലികളും. ലില്ലിച്ചെടികളോടൊപ്പമാണ് ഐറിസിസുകൾ വളർന്നു നിൽക്കുന്നത്." രണ്ടാഴ്ചയ്ക്കു ശേഷം രണ്ടു ചിത്രങ്ങൾ കൂടി അദ്ദേഹം വരച്ചു തുടങ്ങി. പുരുഷന്മാരായ രോഗികൾ താമസിക്കുന്ന കെട്ടിടത്തിനടുത്തുള്ള പൂന്തോട്ടത്തിലെ ചെടികളാണ് ചിത്രത്തിലാക്കിയത്. ഈ വിധത്തിൽ ഒരു ഡസൻ ഗാർഡൻ പരമ്പരകൾ അദ്ദേഹം വരച്ചു. ഐറിസിസ് ഉൾപ്പെടെയുള്ള ചിത്രങ്ങളിൽ മിക്കവയും വയലറ്റ് നിറത്തിനു പ്രാമുഖ്യം നൽകിയവയായിരുന്നു. തീക്ഷ്ണമായ സൂര്യവെളിച്ചം നിറഞ്ഞ അർലിസിലെ കടും മഞ്ഞ നിറമുപേക്ഷിച്ച് സെന്റ് പോളിലെ സന്ന്യാസമഠജീവിതത്തെ ഓർമ്മിപ്പിച്ചുകൊണ്ട് ചിത്രങ്ങൾ വയലറ്റിലും ലാവൻഡറിലും വരച്ചതിനു പിന്നിൽ തനിക്കു കൈവന്ന മാനസികമായ സൗമ്യത നിലനിർത്താനുള്ള ആഗ്രഹമുണ്ടായിരുന്നു.

കർക്കശമായ ചികിത്സയ്ക്കു പുറമെ വാത്സല്യപൂർണ്ണമായ പരിചരണം വിൻസന്റിൽ അദ്ഭുതകരങ്ങളായ മാറ്റങ്ങൾ ഉണ്ടാക്കിയിരുന്നു. ഭയം മാറിയതോടെ വിൻസന്റിന്റെ പരിക്ഷീണമായ ശരീരം, മഴ നനഞ്ഞു

വിത്തു കിളിർക്കുന്നതുപോലെ പ്രസരിപ്പും ചൈതന്യവും വീണ്ടെടുത്തു തുടങ്ങി. അതു ശ്രദ്ധാപൂർവ്വം പെയ്റോൺ, നിരീക്ഷിക്കുന്നുണ്ടായിരുന്നു. "വിൻസന്റ് ശാന്തത വീണ്ടെടുത്തു തുടങ്ങി." വിവരങ്ങൾ തിയോയ്ക്കെഴുതിയ ഡോക്ടർ, "പ്രകൃതിദൃശ്യം തേടി പുറത്തുപോകാൻ ഞാൻ അദ്ദേഹത്തിനു അനുമതി നൽകിയിട്ടുണ്ട്" എന്നുകൂടി അറിയിച്ചു. സന്ധ്യയാകുന്നതോടെ മടങ്ങുമെന്ന വ്യവസ്ഥയിൽ, ഒരു വാർഡന്റെ മേൽനോട്ടത്തോടെയായിരുന്നു ചിത്രരചനയ്ക്കുള്ള പ്രമേയങ്ങൾ തേടുന്നതിനു പുറത്തുപോകാൻ അദ്ദേഹത്തെ അനുവദിച്ചത്. മലകളും മരങ്ങളും പുഴകളും നിറഞ്ഞ താഴ്വരയിൽ സൈപ്രസ്സ് മരങ്ങൾ ഒരു സാധാരണ കാഴ്ചയായിരുന്നുവെന്ന് വിൻസന്റ് ഓർമ്മിച്ചിരുന്നു. പൊടുന്നനെയാണ്, ആ മരങ്ങളുടെ പ്രത്യേകതയിൽ അദ്ദേഹത്തിനു കൗതുകം ഉണർന്നത്. "സൂര്യകാന്തിപ്പൂക്കൾ വരച്ചതുപോലെ ആ മരങ്ങളുടെ ചിത്രം വരയ്ക്കണം. ഇത്രയും കാലം അവ എന്റെ ശ്രദ്ധയിൽ നിന്നകന്നു നിന്നത് അദ്ഭുതകരമായി തോന്നുന്നു."

നീണ്ടു കൂർത്ത് മുകളിലേക്ക് വളർന്നുയരുന്ന സൈപ്രസ്സുകളുടെ ഭംഗിയും ഇടതൂർന്ന ഇലകളും കാറ്റിൽ ചലിക്കാത്ത തീജ്വാലകളായി വിൻസന്റിനു അനുഭവപ്പെട്ടിരുന്നു. ഏതാണ്ട് ഒരു ഡസനോളം സൈപ്രസ്സ ചിത്രങ്ങൾ ഈ കാലഘട്ടത്തിൽ വിൻസന്റ് വരച്ചു പൂർത്തിയാക്കുകയുണ്ടായി. നേരത്തെ വരച്ചു പൂർത്തിയാക്കിയ ചിത്രങ്ങളുടെ ചായം ഉണങ്ങാനായി പുറത്തു വെയിലത്ത് അവ സൂക്ഷിച്ചിരുന്നു. സ്വർഗ്ഗീയമായ അനുഭൂതി ഉളവാക്കുന്ന ഒറ്റമര ചിത്രമായിരുന്നു അവയിലൊന്ന്. "സൈപ്രസ്സുകൾ വരയ്ക്കുന്നതിനിടയിൽ മറ്റൊരു ചിത്രം ഞാൻ വരച്ചു. നക്ഷത്രങ്ങൾ നിറഞ്ഞ ആകാശം. (ദ സ്റ്റാറിനൈറ്റ് എന്നു പേരിട്ട ആ പെയിന്റിംഗ് വിൻസന്റിന്റെ മാസ്റ്റർപീസുകളിലൊന്നായി വിശേഷിപ്പിക്കപ്പെട്ടു.) റോൺ നദിക്കരയിൽ വെച്ച്, രാത്രി ആകാശം ചിത്രത്തിലാക്കിയ അനുഭവം നക്ഷത്രങ്ങൾ നിറഞ്ഞ ആകാശം വരയ്ക്കാൻ വിൻസന്റിനു മാതൃകയായി. സന്ധ്യയാകുന്നതോടെ മടങ്ങിയെത്തണമെന്ന വ്യവസ്ഥ ഭേദിച്ച്, മുൻകാലത്തെന്നപോലെ വിഹരിക്കാൻ തനിക്കു സ്വാതന്ത്ര്യമില്ലെന്ന് അദ്ദേഹത്തിനറിയാമായിരുന്നു. കമ്പികൾക്കൊണ്ട് ഭദ്രമാക്കിയിരുന്ന ജാലകത്തിലൂടെ മാത്രം കാണാൻ കഴിയുമായിരുന്ന രാത്രി ആകാശത്തിൽ കത്തുകയും അണയുകയും ചെയ്തിരുന്ന നക്ഷത്രങ്ങളുടെ രഹസ്യകാമുകനാവുകയായി അദ്ദേഹം, തന്റെ പ്രിയപ്പെട്ട എഴുത്തുകാരനായ ചാൾസ് ഡിക്കൻസ് വിശേഷിപ്പിച്ചതുപോലെ, "മഹത്വത്തോടൊപ്പം നിസ്സാരതകൾ നിറഞ്ഞ ഈ പ്രപഞ്ച"ത്തെ തന്റെ ക്യാൻവാസിലെത്തിക്കാൻ പരിശ്രമിച്ചു. സ്കെച്ചുകളുടെ സഹായമോ മാതൃകകളോ കൂടാതെ അതിർത്തികളില്ലാത്ത, ആഴങ്ങൾ അളക്കാൻ സാധിക്കാത്ത ആകാശത്തെ ചായങ്ങൾകൊണ്ട് അദ്ദേഹം ആവിഷ്കരിച്ചു. ഇരുട്ടിനിടെ മിന്നുകയും കത്തുകയും അണയുകയും ചെയ്യുന്ന താരജാലങ്ങൾ. അവയിൽ പൊട്ടി

ച്ചിതറുന്ന രശ്മികൾ ചരിഞ്ഞും ചരിയാതെയും പ്രതലത്തിൽ തിരമാലകൾ സൃഷ്ടിക്കുന്ന അസാധാരണമായ ആ കാഴ്ച, അതിന്റെയെല്ലാം ഗംഭീരതയോടെ വിൻസന്റ് ചായത്തിൽ പകർത്തി. പ്രസിദ്ധ മനോരോഗ ശാസ്ത്രജ്ഞനായ വില്യം ജെയിംസ് വിശേഷിപ്പിച്ച 'സിരകളിലെ കൊടുങ്കാറ്റി'ന്റെ അത്യപൂർവ്വമായ ദൃഷ്ടാന്തമായി ആ ചിത്രം ചൂണ്ടിക്കാണിക്കപ്പെടുന്നു.

ഒളിഞ്ഞിരിക്കുന്ന ഭയത്തിന്റെ നിഴലുകൾ

ചിരകാലമായി ആഗ്രഹിക്കുകയും കൈവരിക്കാൻ സാധിക്കാതെ വരികയും ചെയ്തിരുന്ന പ്രശാന്തതയിലേക്ക് സൈപ്രസ്സുകളും നക്ഷത്ര നിബിഡമായ ആകാശവും തന്നെ നയിച്ചിരുന്നതായി അവകാശപ്പെട്ടെങ്കിലും മനസ്സിൽ ഒളിഞ്ഞിരിക്കുന്ന പ്രേതം ഏതു നിമിഷവും തന്നെ ആക്രമിച്ചു വീഴ്ത്തുമെന്ന ഭയത്തിൽനിന്ന് അദ്ദേഹം മോചിതനായിരുന്നില്ല. ഡോ. പെയ്റോണിന്റെ അനുമതിയോടെ, ഒരു വാർഡന്റെ അകമ്പടിയിൽ ചിത്രരചനയ്ക്കായി സെന്റ് പോൾ മഠത്തിനു പുറത്തു പോകുമ്പോഴും അദ്ദേഹത്തെ പഴയ പേടികൾ പിന്തുടർന്നിരുന്നു. "പുറത്തു നടക്കുന്നതിനിടയിൽ യാദൃച്ഛികമായി കണ്ടുമുട്ടാറുള്ള അപരിചിതർപോലും എന്നെ ഭയപ്പെടുത്തുന്നു. അപ്പോഴെല്ലാം ഓർമ്മ നഷ്ടപ്പെട്ട് നിലത്തു വീണുപോകുമെന്ന് തോന്നാറുണ്ട്" എന്ന് തിയോയ്ക്കെഴുതിയ അദ്ദേഹം ഇങ്ങനെ കൂട്ടിച്ചേർത്തു; "എന്നെ ശല്യപ്പെടുത്തുന്ന ഏതോ എന്തോ വികാരം ഒളിഞ്ഞിരിക്കുകയാണെന്ന് തോന്നാറുണ്ട്. എന്താണതെന്ന് ഇനിയും തിരിച്ചറിയാൻ എനിക്കു സാധിച്ചിട്ടില്ല."

ഡോക്ടറുടെ അനുമതിയോടുകൂടി ഇടയ്ക്കൊരു ദിവസം അർലിസിലെ മഞ്ഞ വീട്ടിൽ അദ്ദേഹം പോയിരുന്നു. അവിടെ സൂക്ഷിച്ചിട്ടുള്ള ഫർണിച്ചർ കൊണ്ടുവരാൻ. "ഒരുകൊല്ലമെങ്കിലും കാത്തിരിക്കേണ്ടിവരും. എന്നാൽ, ആ പ്രതീക്ഷകളെ തകിടം മറിക്കുന്നതായിരുന്നു തുടർന്നുണ്ടായ സംഭവവികാസങ്ങൾ. വിൻസന്റ് വീണ്ടും അവശനായി. അതോടെ ചിത്രങ്ങൾ വരയ്ക്കാൻ അദ്ദേഹത്തിനു സാധിക്കാതെ വന്നു. "ഒറ്റപ്പെടുകയാണെന്ന വേദന കഠിനമാവുകയായിരുന്നു. പ്രശാന്തത പ്രദാനം ചെയ്തിരുന്ന പ്രകൃതി ക്രൂരമായി മാറുകയാണെന്ന് തോന്നിയ താൻ "ഭയം മൂലം തണുത്തുറഞ്ഞ് എല്ലാ ചലനവും നഷ്ടപ്പെട്ട് വിറങ്ങലിക്കുകയാമെന്ന്" അദ്ദേഹം പരാതിപ്പെട്ടു. ഏതാണ്ട് ഒരു മാസക്കാലം ഈ അവസ്ഥ തുടർന്നു. ആരെയും കാണാനോ ആരെങ്കിലുമായി സംസാരിക്കാനോ ഇഷ്ടപ്പെടാനാവാതെ വിൻസന്റ് ഒറ്റപ്പെട്ടു. ശാരീരികമെന്നതിനെക്കാൾ മാനസികമായ സമ്മർദ്ദമായിരുന്നു അദ്ദേഹത്തെ പീഡിപ്പിച്ചത്. ചില അവസരങ്ങളിൽ കാലിടറി വീഴുകപോലുമുണ്ടായി. പുറത്തിറങ്ങാനാവാതെ മുറിക്കുള്ളിൽ അടച്ചിരിക്കുയായിരുന്നു അപ്പോൾ അദ്ദേഹം.

നാമ്പിടുന്ന ആത്മഹത്യാവാസന

"ആദ്യ ദിവസങ്ങളിൽ ആത്മഹത്യാവാസന അദ്ദേഹത്തിൽ പ്രത്യക്ഷത്തിൽ ശക്തിപ്പെടുകയുണ്ടായി. അത് അതിജീവിക്കാൻ വിൻസന്റിനു സാധിച്ചു." ചിത്രരചനയ്ക്കുള്ള പെയിന്റ് അദ്ദേഹം തിന്നുന്നതും മണ്ണെണ്ണ കുടിക്കുന്നതും വാർഡന്മാർ കണ്ടുപിടിച്ചു. അപ്പോൾ അവയെല്ലാം വിൻസന്റിന്റെ കയ്യെത്താദൂരത്തിലാക്കി മുൻകരുതലെടുത്തു. അങ്ങനെ ഇടയ്ക്കിടെ ഇരുട്ടിന്റെ തടവുകാരനായിരുന്ന വിൻസന്റ് ശാരീരികമായി പരിക്ഷീണനാകുകയും ചിത്രരചന തുടരാനാവാതെ നിരാശതയിൽ നിപതിക്കുകയും ചെയ്തു. എങ്കിലും ഉന്മാദത്തിന്റെ പരിരംഭണത്തിലാണ് അദ്ദേഹമെന്ന് ഡോക്ടർ പെയ്റോൺ കരുതിയില്ല. പാരീസ് സന്ദർശനവേളയിൽ ഇക്കാര്യം അദ്ദേഹം തിയോയുമായി പങ്കുവച്ചിരുന്നു. ഡോക്ടർ ഫെലിക്സ് പറഞ്ഞതുപോലെ വിൻസന്റ് അപസ്മാര രോഗബാധിതനാണെന്നാണ് ഡോക്ടർ പെയ്റോൺ അഭിപ്രായപ്പെട്ടത്. ശാരീരികമായി ക്ഷീണിച്ചിരുന്നതിനാൽ പച്ചക്കറികളോടൊപ്പം മാംസവും വീണ്ടും വിൻസന്റിനു നൽകി.

വസന്തകാലം ആഗതമാകുന്നതുവരെ സെന്റ് റെമിയിൽ ചികിത്സയ്ക്കു പുറമെ വിശ്രമവുമായി താമസിക്കാൻ വിൻസന്റ് തീരുമാനിച്ചു. തിയോയെ അക്കാര്യം അറിയിക്കവെ, "ഡോക്ടർ പെയ്റോൺ

ഐറിസ്ക്കൂട്ടം

നിരീക്ഷിക്കുന്നതുപോലെ ഞാൻ ഭ്രാന്തനായിട്ടില്ലെന്ന് വിൻസന്റെഴുതി. "ഇടയ്ക്കുവെച്ച് മനസ്സ് പൂർണ്ണമായി പ്രശാന്തമാകുന്നു. മുൻപെന്നത്തെക്കാൾ സ്വച്ഛത. എന്നാൽ, പൊടുന്നനെയായിരിക്കും ആ അവസ്ഥ തകർന്നടിയുന്നത്. അതോടെ എനിക്ക് ബോധം നഷ്ടപ്പെടുന്നു."

ഇടയ്ക്കൊരു ദിവസം സന്ദർശിക്കാനെത്തിയ വൈദികൻ സാലിസിനോട് തന്റെ അവശതകൾ വിവരിച്ച വിൻസന്റ്, "മഠത്തിൽ ചികിത്സയിൽക്കഴിയുന്നവർ തന്നെപ്പോലെ എല്ലാം നഷ്ടപ്പെട്ടവരായ തന്റെ കൂട്ടുകാരാണെന്ന്" സങ്കടത്തോടെ അറിയിക്കുകയുണ്ടായി. വീണ്ടും അർലിസിൽപ്പോയി അവിടെ സൂക്ഷിച്ചിട്ടുള്ള പെയിന്റിംഗുകൾ ആശുപത്രി അധികൃതരുടെ അനുമതിയോടെ കൊണ്ടുവരാൻ വിൻസന്റ് ആലോചിച്ചു. പക്ഷേ, അതിനിടയിൽ വീണ്ടും അദ്ദേഹം രോഗാതുരനായി. എങ്കിലും അത് അധികനാൾ നീണ്ടില്ല. അക്കാര്യം ഡോക്ടറിൽ നിന്നറിഞ്ഞ് തിയോ കഠിനമായി വിഷാദിച്ചു. തിരിച്ചടികൾ താൽക്കാലികമാണെന്ന് വിൻസന്റിനെ സമാശ്വസിപ്പിച്ചുകൊണ്ടെഴുതിയ കത്തിൽ താനൊരു പിതാവായ സന്തോഷവിവരം തിയോ അറിയിച്ചു. "ആൺകുഞ്ഞാണ്. വിൻസന്റ് എന്ന് അവന് പേരിടാൻ ഞാനും ജോയും തീരുമാനിച്ചിരിക്കുകയാണ്."

സെന്റ് റെമിയിലെ വാസക്കാലത്തായിരുന്നു വിൻസന്റിന്റെ ഏതാനും പെയിന്റിംഗുകൾ 'ഇൻഡിപെൻഡന്റ്സ്' എന്ന പേരിൽ നടത്തിയ ഒരു ചിത്രകലാ പ്രദർശനത്തിൽ പങ്കെടുത്തത്. ആ പ്രദർശനം കാണാനെത്തിയവരെയെന്നപോലെ കലാനിരൂപകരേയും അദ്ദേഹത്തിന്റെ പെയിന്റിംഗുകൾ ആകർഷിക്കുകയുണ്ടായി. പുതുതലമുറക്കാരായ കലാനിരൂപകരിൽ ശ്രദ്ധേയനായ ആറിയേർ എഴുതിയ ലേഖനത്തിൽ വിൻസന്റിന്റെ പെയിന്റിംഗുകളെപ്പറ്റി വിശദമായി ചർച്ച ചെയ്തു. "മയിൽപ്പീലിയെ ഓർമ്മിപ്പിക്കുന്ന സൈപ്രസ്സുകൾ" എന്ന അയാളുടെ വിശേഷണം വിൻസന്റിനെ സന്തോഷിപ്പിച്ചു. ചിത്രകാരന്മാരായ ഏണസ്റ്റ് ആൻഗേഡയസ്റ്റും (താങ്കളുടെ സഹോദരന്റെ പെയിന്റിംഗുകൾ ശ്രദ്ധേയമായിട്ടുള്ളതാണെന്ന് അദ്ദേഹത്തെ അറിയിക്കുക, മോനേയും (പ്രദർശന പെയിന്റിംഗുകളിൽ ഏറ്റവും നല്ല ചിത്രങ്ങൾ വിൻസന്റിന്റേതായിരുന്നു) പ്രശംസിച്ചപ്പോൾ, ആ പെയിന്റിംഗുകൾ നോക്കിനിന്ന താൻ ഹർഷോന്മാദിതനായെന്ന് ചാൾസ് ഇമ്മാനുവേൽ സെററ്റ് എന്ന പെയിന്റർ അഭിപ്രായപ്പെട്ടു. "അദ്ദേഹത്തിന്റെ ശൈലിയിൽ എനിക്കു ചിത്രങ്ങൾ വരയ്ക്കാൻ സാധിച്ചെങ്കിൽ എന്ന് ഞാനാഗ്രഹിച്ചു" എന്നും ആ ചിത്രകാരൻ തിയോയെ അറിയിച്ചു.

മാനസികമായ സ്വാസ്ഥ്യം വീണ്ടെടുക്കുന്നതിനിടയിലാണ് തന്റെ പെയിന്റിംഗുകൾ പലരുടേയും, വിശേഷിച്ച് കലാനിരൂപകരുടേയും ചിത്രകാരന്മാരുടേയും മുക്തകണ്ഠ പ്രശംസയ്ക്ക് പാത്രമായിയെന്ന വിവരം

സൈപ്രസ്

വിൻസന്റ് അറിഞ്ഞത്. കൂടെക്കൂടെയുണ്ടാകുന്ന വൈഷമ്യങ്ങളിൽ ആശങ്കപ്പെടേണ്ടതില്ലെന്ന അഭിപ്രായക്കാരനായിരുന്നു ഡോക്ടർ പെയ്റോൺ. "ക്രമേണ അതിന്റെ കാഠിന്യം കുറഞ്ഞുകൊണ്ടിരിക്കുകയാണ്. വൈകാതെ തന്നെ അദ്ദേഹം അതിൽനിന്ന് പൂർണ്ണമായി മോചിതനാകും." ഡോക്ടർ തന്റെ വിശ്വാസം ആവർത്തിച്ചു.

ഇതിനിടയിൽ വിൻസന്റിന്റെ മുപ്പത്തിയേഴാമത്തെ (മാർച്ച് മുപ്പത്) ജന്മദിനാംശസകൾ അറിയിച്ചതിനോടൊപ്പം, ഡോക്ടർ ഗാച്ചെറ്റിനെ

സന്ദർശിച്ച് സംസാരിച്ച വിവരവും തിയോ എഴുതി. "ഉന്മാദവുമായി ബന്ധമില്ലാത്തതാണ് ഇതെന്നു മാത്രമല്ല, അതിൽനിന്നുള്ള പൂർണ്ണമോചനം താൻ ഉറപ്പു ചെയ്യാമെന്നും" അദ്ദേഹം എന്നോട് പറഞ്ഞു. (മേയ് ഒന്നാം തീയതിയായിരുന്നു തിയോയുടെ മുപ്പത്തിമൂന്നാം ജന്മദിനം).

നൂറ്റി അൻപത് ഫ്രാങ്കിനു പുറമേ ചായവും ക്യാൻവാസും കിട്ടിയ വിവരം അറിയിച്ചിട്ട് വിൻസന്റ് ഇങ്ങനെ എഴുതി: "ഇടിയും മഴയും കലർന്ന കൊടുങ്കാറ്റിനെ പിന്നിട്ട് പഴയ ഉത്സാഹത്തോടുകൂടി ഞാൻ," മുഴുമിപ്പിക്കാതെ സൂക്ഷിച്ചിരിക്കുകയായിരുന്ന പെയിന്റിംഗുകൾ പൂർത്തിയാക്കാനുള്ള പരിശ്രമത്തിലാണ്. റോസാപ്പൂക്കളാണ് അതിലൊന്ന്. പുറമെ വയലറ്റ് നിറത്തിലുള്ള ഐറിസ് പൂക്കളും. ഈ ചിത്രങ്ങളുടെ ചായം ഉണങ്ങാൻ ഒരു മാസം വേണ്ടിവരുമെന്നാണ് തോന്നുന്നത്. ഞാൻ ഇവിടം വിടുമ്പോൾ, ആ ചിത്രങ്ങൾ അയച്ചുതരാനുള്ള ഏർപ്പാടുകൾ ഉണ്ടാക്കിയിട്ടുണ്ട്.

1890 മേയ് പതിനാറാം തീയതി വിൻസന്റ് സെന്റ് റെമിയിൽ നിന്ന് പാരീസിലേക്ക് പോയി (ഇതിനിടയിൽ ഒരു കൊല്ലം പൂർത്തിയായിരുന്നു അദ്ദേഹം അവിടെ താമസം തുടങ്ങിയിട്ട്. 1889 മേയ് എട്ടാം തീയതി ആയിരുന്നു വിൻസന്റ് അവിടെ എത്തിയത്). അപ്പോൾ ഡോക്ടർ പെയ്റോൺ രജിസ്റ്ററിൽ ഇങ്ങനെ രേഖപ്പെടുത്തി: "മാനസികമായി ശാന്തത കൈവരിച്ച രോഗി ഇടയ്ക്ക് പ്രതിസന്ധിയിൽ അകപ്പെട്ടു കിടപ്പിലാകാറുണ്ടെങ്കിലും ആശങ്ക ഉണ്ടാക്കുന്നതല്ല പൊതുസ്ഥിതി. രണ്ടാഴ്ച മുതൽ ഒരു മാസം വരെ, ചിലയവസരങ്ങളിൽ അസുഖം നീണ്ടുപോകാറുണ്ടായിരുന്നു. അപ്പോൾ കഠിനമായ ഭയത്തിന്റെ പിടിയിലായിരുന്ന രോഗി പെയിന്റ് തിന്നുന്നതും മണ്ണെണ്ണ കുടിക്കുന്നതും കണ്ടുപിടിച്ച് അതിൽനിന്നും രോഗിയെ മാറ്റുകയും ചെയ്തു. സ്വച്ഛമായ മനോനില വീണ്ടെടുക്കുമ്പോൾ, മുഴുസമയവും ചിത്രരചനയ്ക്കായി ചിലവിടുന്നത്, അദ്ദേഹത്തിന്റെ പതിവും ശീലവുമാണ്. വൈഷമ്യങ്ങളെ അതിജീവിച്ച സാഹചര്യത്തിൽ ഫ്രാൻസിന് വടക്ക് താമസിക്കാൻ തീരുമാനിച്ചതനുസരിച്ച് രോഗിയെ ചികിത്സയിൽനിന്ന് വിടുതൽ ചെയ്യുന്നു. പൂർണ്ണസുഖം പ്രാപിച്ചു എന്ന നിലയിൽ."

സെന്റ് റെമിയിൽ നിന്നെത്തിയ വിൻസെന്റിനെ സ്വീകരിക്കാനായി ഗാരേ ലിയോണിൽ തിയോ എത്തിയിരുന്നു. വിൻസന്റിനെ ഹൃദയപൂർവ്വം സ്വാഗതം ചെയ്ത ജോ അപ്രതീക്ഷിതമായി സംഭവിച്ച ആ സമാഗമത്തെക്കുറിച്ച് പിന്നീട് ഇങ്ങനെ എഴുതി: "ആഹ്ലാദകരമായ ഒരു കൂടിച്ചേരലായി അത്. വിൻസന്റ് പ്രസന്നനായിരിക്കുന്നു. തൊട്ടിലിൽ ഉറങ്ങിക്കിടക്കുകയായിരുന്ന മകനെ നോക്കി നിൽക്കുമ്പോൾ വിൻസെന്റിന്റെ കണ്ണുകൾ നിറഞ്ഞു തുളുമ്പിയിരുന്നതായി തിയോ ഓർമ്മിച്ചു.

8 ക്ഷണിക്കപ്പെടാത്ത അതിഥി

സെന്റ് റെമിയിൽ നിന്ന് പാരീസിലെത്തി മൂന്നു ദിവസങ്ങൾ പിന്നിട്ട പ്പോൾ, അവിടെ നിന്ന് ഇരുപത് മൈൽ അകലെയുള്ള അവേഴ്സ് സൂർ ഒയ്സി എന്ന സ്ഥലത്ത് പോകുന്ന കാര്യം തിയോ ഉൾപ്പെടെ ആരോടും വിൻസെന്റ് അറിയിച്ചിരുന്നില്ല. "പാരീസിലെ ശബ്ദം എനിക്ക് സഹിക്കാ നാവില്ല." പിന്നീട് ഒരിക്കൽ തിയോയ്ക്കെഴുതിയ കത്തിൽ, "നിങ്ങളോ ടൊപ്പം ഞാൻ ചിലവിട്ട മണിക്കൂറുകൾ എനിക്കും നിങ്ങൾക്കുമെല്ലാം പ്രയാസങ്ങൾ നിറഞ്ഞവയായിരുന്നു. അതൊന്നും ഇനി ആവർത്തിക്കാൻ വയ്യ." ആ കത്തിനൊടുവിൽ ചിലവിട്ട ദിവസങ്ങളിലുണ്ടായ അനുഭവങ്ങൾ ഒറ്റ വാചകത്തിൽ വിൻസന്റ് രേഖപ്പെടുത്തി-മരണവേദനപോലെ. തിയോയും കുടുംബവും തന്നെ ഒരു ഭാരമായാണ്, പേടി ജനിപ്പിക്കുന്ന ഭാരം, കാണുന്നതെന്ന വിചാരം അദ്ദേഹത്തെ തളർത്തി. ആർക്കും ഒഴി വാക്കാനാകാത്ത അനാവശ്യ സാന്നിദ്ധ്യമായി താൻ മാറിയിരിക്കുക യാണോ? ചിത്രരചനയിൽ മുഴുകാൻ ആ തോന്നൽ തടസ്സമാകുമെന്ന ദുഃഖവുമായി, പാരീസിൽനിന്ന് ആരേയും അറിയിക്കാതെയും ആരും അറിയാതെയും അദ്ദേഹം ഒളിച്ചോടുകയാണ് ചെയ്തത്.

ഗ്രാമശാലീനത നിറഞ്ഞ അവേഴ്സിലെ അന്തരീക്ഷം പതുക്കെ പതുക്കെ അദ്ദേഹത്തിന് സാന്ത്വനമായി. വഴിയാത്രക്കാരുടെ പരിഹാസ ത്തിന് പാത്രനാകാതെ റോഡിലൂടെ നടക്കാൻ സാധിച്ചത് അദ്ദേഹത്തിന് ആശ്വാസം അനുഭവപ്പെട്ടു. സെന്റ് റെമിയിൽ നിന്ന് കൊണ്ടുവന്ന നാല് ക്യാൻവാസുകൾ മാത്രം പാരീസ് വിടുമ്പോൾ അദ്ദേഹം എടുത്തു. അവേ ഴ്സിൽ എത്തിയ ദിവസംതന്നെ ഡോക്ടർ പോൾ ഗാച്ചെറ്റിനെ സന്ദർശിച്ചു. ഹോമിയോ ഡോക്ടറായി നാൽപ്പത് കൊല്ലമായി പ്രവർത്തി ക്കുകയായിരുന്ന അദ്ദേഹം വിഭാര്യനായിരുന്നു. പതിനാറും (പോൾ) ഇരുപത്തിയൊന്നും (മാർഗററ്റ്) വയസ്സുള്ള മക്കളുമായി സംതൃപ്തമായ വിശ്രമജീവിതം നയിച്ചിരുന്ന അദ്ദേഹം നിരവധി ചിത്രമെഴുത്തുകാരുമായി ബന്ധം സ്ഥാപിച്ചിരുന്നു. സ്വന്തം ജോലിയിൽ പൂർണ്ണമായി ജീവിതം സമർപ്പിക്കുകയാണ്, ഏതുതരം ചികിത്സയേക്കാളും ഫലപ്രദമെന്ന ചിന്താഗതിക്കാരനായിന്നു അദ്ദേഹം. ഒരു ഡോക്ടർ എന്ന നിലയ്ക്ക് വലിയ മതിപ്പൊന്നും അദ്ദേഹത്തെക്കുറിച്ച് തനിക്ക് തോന്നുന്നില്ലെന്ന്

സെന്റ് ഒബീനിലെ കഫേയുടെ മുൻവശം

തിയോയെ അറിയിക്കവേ "എന്നെപ്പോലെ മാനസികമായ അസ്വസ്ഥതകൾക്ക് ഗാച്ചെറ്റും വിധേയനാണെന്ന്" വിൻസെന്റ് എഴുതി. സെന്റ് ഓബിനിലെ കഫേ-ഓബറേജിലെ ലോഡ്ജിലെ മുറി വിൻസന്റിന്റെ താമസത്തിനായി ഡോക്ടർ കണ്ടെത്തിയിരുന്നു. എന്നാൽ, പ്രതിദിനം ആറ് ഫ്രാങ്ക് വാടക കൂടുതലായതിനാൽ പകരം ടൗൺഹാളിന് എതിരെയുള്ള പ്ലാസ ഡിലമേരിയിലെ ഒരു മുറി മൂന്നര ഫ്രാങ്കിനെടുത്ത് വിൻസന്റ് അവിടെ താമസം തുടങ്ങി. ആ താമസക്കാലത്ത്, പല പ്രാവശ്യം ഡോക്ടർ ഗാച്ചെറ്റിന്റെ വസതി അദ്ദേഹം സന്ദർശിച്ചിരുന്നു. അപ്പോഴെല്ലാം അതിഥിക്കുവേണ്ടി ഡോക്ടർ സദ്യ ഒരുക്കിയിരുന്നു. തനിക്ക് അപ്രാപ്യമായിരുന്ന കുടുംബജീവിതത്തിന്റെ ഊഷ്മളത അതുവഴി അനുഭവിക്കാൻ കഴിഞ്ഞതിനെപ്പറ്റി വിൻസന്റ് ഓർമ്മിച്ചിരുന്നു. ഹോളണ്ടിലേക്കുള്ള യാത്രയ്ക്കിടയിൽ ഏതാനും ദിവസങ്ങൾ വിൻസന്റിനോടൊപ്പം ചിലവിടാനായി കുടുംബസമേതം തിയോ അവേഴ്സിൽ എത്തിയിരുന്നു. 'വിൻസന്റ് പൂർണ്ണമായും രോഗമുക്തനാണെന്ന്" പാരീസ് സന്ദർശനത്തിനിടയിൽ ഡോക്ടർ ഗാച്ചെറ്റ് ഉറപ്പുനല്കിയിരുന്നതും തിയോയുടെ സന്ദർശനത്തിനുള്ള കാരണമായി.

പാരീസുകാരനായ ആർതർ ഗുസ്താവ് റവോനയുടെ ഉടമസ്ഥതയിലുള്ള കഫേയിലെ മുറിയിലായിരുന്നു താമസമെങ്കിലും പകൽ സമയം മുഴുവൻ ചിത്രം വരയ്ക്കാനായി വിൻസന്റ് അവേഴ്സിൽ ചുറ്റിക്കറങ്ങി. പൂക്കളും പൂന്തോട്ടങ്ങളും നിറഞ്ഞ താഴ്വരകളിലും പുഴക്കരയിലും അലസമായി ചുറ്റിക്കറങ്ങിയ അദ്ദേഹം പതുക്കെയെങ്കിലും മാനസികമായ സ്വാസ്ഥ്യതയിലേക്ക് മടങ്ങിയെത്തിയിരുന്നു. ജ്വരബാധിതമായ ദിവസങ്ങൾ പേടിസ്വപ്നമായി അവശേഷിക്കുമ്പോഴും അത്തരം പ്രതിസന്ധികൾ ആവർത്തിച്ചേക്കുമെന്ന ഉൽക്കണ്ഠയെ അതിജീവിക്കാൻ ബോധപൂർവ്വം യത്നിച്ചിരുന്നെങ്കിലും അതിന് അദ്ദേഹത്തിനു സാധിച്ചിരുന്നില്ല. എങ്കിലും ഇനിയുള്ള ദിവസങ്ങൾ ശാന്തമായിരിക്കുമെന്ന

പ്രത്യാശയുമായി അദ്ദേഹം ജീവിച്ചു. അർലിസിൽ നിന്ന്, ദീർഘമായ കത്തിടപാടുകൾക്കു ശേഷം, ഫർണിച്ചർ എത്തിയ പശ്ചാത്തലത്തിൽ "പേ പിടിച്ച കഴിഞ്ഞ കാല"ത്തിന്റെ നേർക്ക് തിരശ്ശീല വീണിരിക്കുകയാണെന്ന തോന്നലും അദ്ദേഹത്തിൽ സജീവമായി.

പേ പിടിച്ച കഴിഞ്ഞകാല ഓർമ്മകൾ

ജ്വരബാധിതങ്ങളായ ദിവസങ്ങൾ ആവർത്തിക്കാതിരിക്കാനുള്ള കരുതലുകളെടുക്കുന്നതിൽ ശ്രദ്ധിച്ചിരുന്ന വിൻസന്റ് പലപ്പോഴും ഉൽക്കണ്ഠ കനക്കുമ്പോൾ മദ്യത്തെ ആശ്രയിക്കുന്നത് പതിവാക്കി. താൽക്കാലികമായ ആശ്വാസമാണെന്നറിയാമായിരുന്നുവെങ്കിലും അതൊഴിവാക്കാൻ അദ്ദേഹത്തിന് സാധിച്ചിരുന്നില്ല. "ചിത്രങ്ങൾ രചിക്കുന്നതിനായി കൂടുതൽ കൂടുതൽ സമയം ചെലവാക്കുക മാത്രമാണ് രക്ഷാമാർഗ്ഗമെന്ന്" തനിക്കറിയാമെന്ന് ആ ദിവസങ്ങളിലെ അനുഭവങ്ങൾ വിവരിക്കവെ തിയോയ്ക്ക് വിൻസന്റ് എഴുതി. "സെന്റ് റെമിയിൽ സൂക്ഷിച്ചിരുന്ന ക്യാൻവാസുകളും എത്തി. 'ഐറിസിസി'ലെ ചായം ഉണങ്ങി. അതിഷ്ടമാകുമെന്നാണ് എനിക്ക് തോന്നുന്നത്. പുറമെ റോസാപ്പൂക്കൾ, ഗോതമ്പു പാടം, ചെറിയ ഒരു മല-മൂന്നു ചിത്രങ്ങൾ കൂടിയുണ്ട്. തിളക്കം നഷ്ടപ്പെട്ട ചന്ദ്രനില്ലാത്ത രാത്രി ആകാശം. അകലെ ഉദിച്ചുയരുന്ന ചന്ദ്രക്കലയുടെ അവ്യക്ത രൂപം. ഒറ്റ നക്ഷത്രത്തിനു താഴെ ഉയരങ്ങളിലെത്തുന്ന സൈപ്രസ്സ്. ആ മരത്തിനു മുകളിൽ അഗാധ നീലിമ. അതിലേക്ക് നീങ്ങിവരുന്ന മേഘപാളികൾ. ആൽപ്സ് മലനിരകളും മഞ്ഞവെളിച്ചം നിറയുന്ന ജാലകങ്ങളും. ഒരുപക്ഷേ, കാവ്യാത്മകമായി അത് അനുഭവപ്പെട്ടെന്നിരിക്കാം. ഇതിനിടയിൽ ഡോക്ടർ ഗാച്ചെറ്റിന്റെ ഒരു പോർട്രെയിറ്റ് ഞാൻ വരച്ചു. അതിന് മുമ്പൊരു ദിവസം പിയാനോ വാദനം നടത്തുന്ന മാഡം ഗാച്ചെറ്റി(മാർഗററ്റ്)ന്റെ ചിത്രവും വരച്ചു. ഉടനെ ഗോതമ്പു പാടങ്ങളുടെ ചിത്രങ്ങൾ വരച്ചുതുടങ്ങാനാണ് ഉദ്ദേശിക്കുന്നത്. അത്തരം ആലോചനങ്ങൾക്കിടയിലാണ്, കുഞ്ഞിന് (തിയോയുടെ മകൻ) അസുഖമാണെന്ന നിന്റെ കത്ത് എന്നെ ഉൽക്കണ്ഠാഭരിതനാക്കുന്നത്." അങ്ങനെ ചിത്രരചനയ്ക്കായി അവേഴ്സിൽ ചുറ്റിക്കറങ്ങുന്നത് പതിവാക്കിയ അദ്ദേഹം ഇടയ്ക്കൊരു ദിവസം ഉച്ചയ്ക്ക് ആഹാരം കഴിക്കാനായി റവോനയുടെ കോഫി ഷോപ്പിൽ വന്നു. ഭക്ഷണശേഷം ചായപ്പെട്ടിയും ക്യാൻവാസും വരയ്ക്കാനുപയോഗിക്കുന്ന ചിത്രത്തട്ടുമായി പുറത്തേക്ക് പോയി.

ഉത്തരമില്ലാത്ത ചോദ്യങ്ങൾ

സായാഹ്നം രാത്രിക്ക് വഴിമാറിക്കൊടുത്തിരുന്നില്ല. വെളിച്ചം മങ്ങിത്തുടങ്ങിയിരുന്നതേയുള്ളൂ. അകലെനിന്ന് വിൻസന്റ് വേച്ചുവേച്ചു നടന്നുവരുന്നത് കഫേയുടെ മട്ടുപ്പാവിൽ നിൽക്കുകയായിരുന്നവർ കണ്ടു. "ഒരു കൈകൊണ്ട് വയറ്റിൽ അമർത്തിപ്പിടിച്ച് ഏന്തി വലിഞ്ഞാണ് അദ്ദേഹം നടന്നിരുന്നത്." അതു നോക്കിനിന്ന ഒരാൾ പിന്നീട് ഓർമ്മിച്ചു. മടങ്ങി

വന്ന്, അദ്ദേഹം ആരോടും മിണ്ടാതെ മുറിയിൽ കയറി കതകടച്ചു. കഫേയുടെ ഉടമ റവോ അതു കണ്ടു. തന്റെ വാടകക്കാരനായ വിൻസന്റിന്റെ അസാധാരണമായ പെരുമാറ്റത്തിൽ സംശയം തോന്നിയെങ്കിലും ഒന്നും പറയാതെ അയാൾ അവിടെ നിന്നതേയുള്ളൂ. മുറിക്കു താഴെ കോവണിച്ചുവട്ടിൽ നിൽക്കുകയായിരുന്ന റവോ മുകളിൽന്നു ഞരക്കവും അമർത്തിയ കരച്ചിൽ ശബ്ദവും കേട്ട് അകത്തു കയറി മുറി തുറന്നു നോക്കുമ്പോൾ കണ്ടത്, കിടക്കയിൽ ചുരുണ്ടുകിടക്കുന്ന വിൻസന്റിനെയായിരുന്നു. അടുത്തു ചെന്ന് ആരാഞ്ഞ റവോയോട് അദ്ദേഹം പറഞ്ഞു: "ഞാൻ എന്നെ മുറിവേൽപിച്ചു."

ഉച്ചഭക്ഷണത്തിനും സായാഹ്നത്തിനുമിടയ്ക്കുള്ള ഏതാനും മണിക്കൂറുകളിൽ എന്തു സംഭവിച്ചുവെന്ന് ആരും അറിഞ്ഞില്ല, ആരും തിരക്കിയതുമില്ല. എന്തെങ്കിലും അപകടം ഉണ്ടാകുന്നതൊഴിവാക്കണമെന്ന നിലയിൽ, മുറിയിൽനിന്ന് റവോ താഴെ വന്ന്, ആ പ്രദേശത്തുകാരെ ചികിത്സിക്കുന്ന ഡോക്ടർ മസേറിയെ വിളിച്ചുവരുത്തി. അയാളോടൊപ്പം ഡോക്ടർ ഗാച്ചെറ്റും എത്തി. അവർ മൂവരും മുറിയിൽ ചെന്നു, അവശനായി ബോധത്തിനും ബോധരാഹിത്യത്തിനും ഇടയിലൂടെ യാത്ര ചെയ്യുകയായിരുന്ന വിൻസന്റിനെ പരിശോധിച്ചു. അപ്പോഴാണ് അവർ അറിയുന്നത്, അദ്ദേഹത്തിന്റെ വയറ്റിൽ വെടിയേറ്റിരിക്കുന്നു. പിന്നെ വൈകിയില്ല, പാരീസിലുള്ള തിയോയെ ഡോക്ടർ ഗാച്ചെറ്റ് വിവരമറിയിച്ചു.

പ്രാഥമിക പരിശോധനയിൽത്തന്നെ ചെറിയതരം പിസ്റ്റൽ ഉപയോഗിച്ചാണ് വെടിവച്ചതെന്ന് ഡോക്ടർ മസേറി ഊഹിച്ചു. "വിൻസന്റിന്റെ അസ്ഥികൾക്കിടയിലൂടെ പാഞ്ഞ വെടിയുണ്ട നെല്ലിക്കാ വലുപ്പത്തിലുള്ളതായിരിക്കാം. വെടിയുണ്ടയേറ്റിടത്തുനിന്ന് ചെറുതായ നിലയിൽ ചോര ഒലിക്കുന്നുണ്ടായിരുന്നു. രക്തധമനികൾക്കോ മറ്റു പ്രധാന അവയവങ്ങൾക്കോ മുറിവേറ്റിരുന്നില്ല. ആമാശയത്തിനു താഴെയെത്തിയ വെടിയുണ്ട പുറത്തുപോകാതെ അകത്തു തറച്ചിരിക്കുകയായിരുന്നു. "ഡോക്ടറുടെ നിഗമനത്തെ ആരും ചോദ്യം ചെയ്തില്ല. മുറിവേറ്റ വിൻസന്റിനെ ആശുപത്രിയിലെത്തിച്ച് വെടിയുണ്ട നീക്കാനുള്ള ശ്രമമൊന്നുമുണ്ടായില്ല. അപകടവിവരമറിഞ്ഞ് അവിടെയെത്തിയെ ഒരു പൊലീസുകാരൻ കൂടുതൽ അന്വേഷണമൊന്നും നടത്താതെ ഒരു റിപ്പോർട്ട് തയ്യാറാക്കി അധികൃതർക്ക് അയച്ചു, സംഭവത്തെപ്പറ്റി ആരും ഉൽക്കണ്ഠരേഖപ്പെടുത്തിയില്ലെന്നതിനെക്കാൾ അദ്ദേഹത്തെ രക്ഷിക്കാൻ പരിശ്രമങ്ങളൊന്നും ഉണ്ടായില്ലെന്നതാണ് ഉത്തരമില്ലാത്ത ചോദ്യമായി അവശേഷിക്കുന്നത്. എന്തുകൊണ്ടാണ് അങ്ങനെ സംഭവിച്ചത്? ആർക്കും ഉത്തരമില്ല."

ഡോക്ടർ ഗാച്ചെറ്റിൽനിന്നുള്ള സന്ദേശം കിട്ടിയ ഉടൻ പാരീസിൽ നിന്ന് യാത്ര തിരിച്ച തിയോ അടുത്ത ദിവസം ഉച്ചയോടുകൂടി അവേഴ്സിലെത്തി. അപ്രതീക്ഷിതമായി അപകടം സംഭവിച്ചതിലുള്ള ആശങ്കയുമായി, വിൻസന്റിന്റെ മുറിയിൽ കയറിച്ചെന്ന തിയോ, പരിഭ്രമിച്ചു പോയി. താൻ ആകുലപ്പെട്ടത് വെറുതെയായിരുന്നുവെന്ന ആശ്വാസം അയാൾക്കനുഭവപ്പെട്ടു. പുകയും വലിച്ച് വിൻസന്റ് കിടക്കുകയായിരുന്നു. അതിനുശേഷം ജോയ്ക്കെഴുതിയ കത്തിൽ, "തീരെ അപ്രതീക്ഷിതമായിരുന്നു ആ കാഴ്ച. അവശനായിരുന്നുവെങ്കിലും" (അപ്പോൾ അവർ സംസാരിച്ചത്, മാതൃഭാഷയായ ഡച്ചിലായിരുന്നു) വിൻസന്റിനെ കണ്ട മാത്രയിൽ വികാരാധീനനായ തിയോ ജ്യേഷ്ഠനെ ആശ്ലേഷിക്കുകയും ആശ്വസിപ്പിക്കുകയും ചെയ്തു. ഉച്ചയ്ക്കായിരുന്നു തിയോയെത്തിയത്. സന്ധ്യവരെ അവർ സംസാരിച്ചിരുന്നു. കിടക്കയിൽ ചാഞ്ഞു കിടക്കുകയായിരുന്ന വിൻസന്റിന്റെ അരികിലേക്ക് കസേരയിലിരുന്നായിരുന്നു തിയോ സംസാരിച്ചത്. സംസാരത്തിനിടയിൽ, വേദന കടിച്ചമർത്തിയിരുന്ന വിൻസന്റ് മയങ്ങിപ്പോയി. മറ്റു ചിലപ്പോൾ ചെറിയ തോതിൽ ഭക്ഷണം കഴിച്ചു. അതെല്ലാം വിവരിക്കവേ, "എത്ര പാവപ്പെട്ടവനാണ് വിൻസന്റ്. ജീവിതത്തിൽ ഒരിക്കലും ആനന്ദം കണ്ടെത്താനാകാതെ പോയ മനുഷ്യൻ." തിയോ എഴുതി: "കൊച്ചുകുട്ടിയുടെ ആരോഗ്യത്തെപ്പറ്റി അറിയാൻ വിൻസന്റിനു വലിയ ആകാംക്ഷയായിരുന്നുവെന്നും" തിയോ ഓർമ്മിച്ചു. സംസാരത്തിനിടയിൽ, "ഞാനൊരിക്കലും മരണത്തെ തേടുകയില്ലെന്നും എന്നാൽ, മരണമെത്തിയാൽ അതിനെ നിരാകരിക്കുകയില്ലെന്നും" വിൻസന്റ് പറഞ്ഞത് തിയോ മറന്നിരുന്നില്ല. അങ്ങനെ ജീവിതത്തെ അതിന്റെ എല്ലാ ക്ലേശങ്ങളോടുംകൂടി വാരിപ്പുണരുന്നതിൽ ഒരിക്കലും വൈമനസ്യം പ്രദർശിപ്പിച്ചിട്ടില്ലാത്ത അദ്ദേഹം എന്തിനായിരുന്നു ജീവനൊടുക്കാൻ ശ്രമിച്ചത്?

സെന്റ് റെമിയിൽനിന്ന് പാരീസിലേക്കും അവിടെനിന്നു അവേഴ്സിലേക്കും താമസിക്കുന്നതിനിടയിൽ അർലിസിലെ പേടിപ്പെടുത്തുന്ന ദിവസങ്ങളോട് അദ്ദേഹം വിടപറഞ്ഞിരുന്നു. മാനസികമായ തകർച്ച സംഭവിക്കുമെന്ന് അദ്ദേഹം പേടിച്ചിരുന്നു. അതൊരു പേടിസ്വപ്നംപോലെ അദ്ദേഹത്തെ അനുധാവനം ചെയ്തു. എങ്കിലും ജ്വരബാധിത ദിവസങ്ങളിലേക്ക് മടങ്ങിപ്പോകേണ്ടിവരില്ലെന്ന വിശ്വാസം പതുക്കെയെങ്കിലും ദൃഢമായിക്കൊണ്ടിരിക്കുകയായിരുന്നു. അതിനിടയിൽ എങ്ങനെ ഇതു സംഭവിച്ചു? ഭക്ഷണത്തിനുശേഷം ചായപ്പെട്ടിയും ക്യാൻവാസുകളുമായി നടന്നുപോയ അദ്ദേഹം മടങ്ങുമ്പോൾ അവയൊക്കെ ഉപേക്ഷിച്ചതാണോ, അതോ ആരെങ്കിലും അവ അപഹരിച്ചതാണോ? വെടിവച്ച് ആത്മഹത്യ ചെയ്യാൻ വിൻസന്റിന് എവിടെനിന്ന് തോക്കു കിട്ടി? മുമ്പൊരിക്കലും ഏതെങ്കിലും തരത്തിലുള്ള ആയുധം അദ്ദേഹം സൂക്ഷിച്ചിരുന്നതായി അടുപ്പമുള്ള ആരും അറിഞ്ഞിരുന്നില്ല. എന്നിട്ടും ഇങ്ങനെ സംഭവിക്കാൻ കാരണമെന്തായിരുന്നു?

മാറിൽ ചേർന്ന് കിടന്ന്......

സംസാരിക്കുകയും ഇടയ്ക്കുവെച്ച് മൗനത്തിലേക്ക് മടങ്ങുകയും ചെയ്തിരുന്നു വിൻസന്റിന്റെ ശ്വാസഗതി മന്ദമാകുന്നുണ്ടായിരുന്നു. കടുത്ത വേദന അമർത്താനുള്ള ശ്രമം പലപ്പോഴും വിഫലമായതിന്റെ സൂചനയായിരുന്നു അദ്ദേഹം പുറപ്പെടുവിച്ചിരുന്ന അസാധാരണമായ ശബ്ദം. പെട്ടെന്നു നിശ്ശബ്ദനായിരുന്ന വിൻസന്റിനു തന്റെ അന്ത്യം അടുത്തുവെന്ന ബോധമുണ്ടായിരുന്നതായി തിയോ പിന്നീട് ഓർമ്മിക്കുകയുണ്ടായി. "വിൻസന്റ് മരണം സ്വയം വരിച്ചു കഴിഞ്ഞതായി എനിക്കു തോന്നി. വൈഷമ്യങ്ങൾ തരണം ചെയ്ത് ആരോഗ്യം വീണ്ടെടുക്കുമെന്ന് ആശ്വസിപ്പിക്കുന്നത് കേട്ടു കിടക്കുകയായിരുന്ന വിൻസന്റ് പതുക്കെപ്പറയുന്നുണ്ടായിരുന്നു: ഇല്ല ദുഃഖം സ്ഥായിയാണ്. അച്ഛന്റെ മരണശയ്യയ്ക്ക് അരികിലിരിക്കെ മരിക്കുക ദുഃഖകരമെന്നതുപോലെ മരിക്കാതിരിക്കുകയെന്നത് അതിനെക്കാൾ ദുഷ്കരമാണെന്ന് വിൻസന്റ് പറഞ്ഞതാണപ്പോൾ ഞാനോർത്തത്."

അർദ്ധരാത്രിയായി. അനുജന്റെ മാറിൽ അമർന്നുകിടക്കുകയായിരുന്ന വിൻസന്റ് മരണത്തിലേക്ക് നിശ്ശബ്ദം യാത്രയാവുകയായിരുന്നു. "ഈ വിധത്തിൽത്തന്നെയാണ് മരിക്കാൻ ഞാൻ ആഗ്രഹിച്ചിരുന്നത്." ദുർബ്ബലമായ ശബ്ദത്തിൽ അപ്പോൾ വിൻസന്റ് പറഞ്ഞു.

പുലർച്ചെയോടെ ശ്വാസം നിലച്ച്, വിൻസന്റിന്റെ കണ്ണുകൾ അടഞ്ഞു. ഒരു മഹാജീവിതം, വെന്ത് വെന്ത് കരിഞ്ഞു അവസാനിക്കുകയായിരുന്നു. ജ്യേഷ്ഠന്റെ മരണവൃത്താന്തം അമ്മയെ അറിയിക്കവെ തിയോ പറഞ്ഞു: "വിൻസന്റ് ആഗ്രഹിച്ച വിശ്രമം അവസാനമെത്തി. എന്റെ അമ്മേ, എന്റെ ജ്യേഷ്ഠൻ...."

അനുശോചനം അറിയിക്കാനായി ഓരോരുത്തരായി എത്തിത്തുടങ്ങിയപ്പോഴാണ് അവേഴ്സിലെ പള്ളിയിൽവെച്ച് അന്ത്യകർമ്മങ്ങൾ നടത്താനുള്ള അനുമതി പുരോഹിതൻ നിഷേധിച്ചത്. മുൻപ് വിൻസന്റ് ചിത്രത്തിലാക്കിയിരുന്ന പള്ളിക്ക് അല്പം അകലെയായി, വിജനമായ ഒരു കുന്നിൻ മുകളിൽ ഒരിടം വിലയ്ക്കുവാങ്ങി അവിടെയായിരുന്നു വിൻസന്റിന്റെ മൃതദേഹം അടക്കിയത്.

വിൻസന്റിന്റെ സ്നേഹിതനായിരുന്ന എമിലി ബെർണാഡ് ശവസംസ്ക്കാരച്ചടങ്ങിൽ പങ്കെടുത്ത ഓർമ്മ പിന്നീട് ഇങ്ങനെ രേഖപ്പെടുത്തി: 'വീണ്ടും കാണാമെന്ന പ്രതീക്ഷയുമായി നാല് കൊല്ലങ്ങൾക്കു മുമ്പ് പിരിഞ്ഞശേഷം അദ്ദേഹത്തെ സന്ദർശിക്കാനായി ഞാനെത്തുമ്പോഴേക്കും വളരെ വൈകിയിരുന്നു. ശവപേടകം അടച്ചിരുന്നു. അവസാനമായി വരച്ചതുൾപ്പെടെയുള്ള അദ്ദേഹത്തിന്റെ ചിത്രങ്ങളെല്ലാം മൃതദേഹം കിടത്തിയിരുന്ന മുറിയിലെ ഭിത്തികളിൽ പ്രദർശിപ്പിച്ചിരുന്നു.

പ്രതിഭയുടെ തീക്ഷ്ണത പ്രസരിപ്പിക്കുന്ന ആ ചിത്രങ്ങളിലൂടെ, ഞങ്ങളെപ്പോലുള്ള ചിത്രമെഴുത്തുകാരെ വേദനിപ്പിച്ചുകൊണ്ട് ആ മരണം

കൺമുൻപിൽ നിറഞ്ഞുനിന്നു. ശവപേടകത്തിനു മുകളിൽ ഒരു വെള്ള ത്തുണി വിരിച്ചിരിക്കുന്നു. അതിനു ചുറ്റുമായി പൂക്കൾ. അദ്ദേഹത്തിന്റെ പ്രിയപ്പെട്ട സൂര്യകാന്തിപ്പൂക്കൾ. മഞ്ഞ നിറത്തിലുള്ള ഡാലിയകൾ. എങ്ങും മഞ്ഞപ്പൂക്കൾ. മനുഷ്യഹൃദയങ്ങളിലും കലാരചനയിലും താൻ സ്വപ്നം കണ്ട പ്രകാശത്തിന്റെ പ്രതീകമായിരുന്നു അദ്ദേഹത്തിന് മഞ്ഞ നിറം ശവപേടകത്തിന് തൊട്ടടുത്തായി അദ്ദേഹത്തിന്റെ ബ്രഷുകളും മടക്കു സ്റ്റൂളും ചിത്രപീഠവും.

നിരവധിപേർ എത്തിക്കൊണ്ടിരുന്നു. കൂടുതലും കലാകാരന്മാർ. ലൂഷ്യൻ പിസാരോയേയും ലാസേയേയും അവരിൽ ഞാൻ തിരിച്ചറിഞ്ഞു. അദ്ദേഹത്തിന്റെ പരിചയക്കാരായ നാട്ടുകാരും അവരിൽ ഉണ്ടായിരുന്നു.

എല്ലാവരും നിശ്ശബ്ദരായി, ശവപേടകത്തിന് ചുറ്റുമായി നിന്നു.

മൂന്നുമണിയോടുകൂടി ശവപേടകം പുറത്തെടുത്തു. പലരും കരയു ന്നുണ്ടായിരുന്നു. ജ്യേഷ്ഠന്റെ നിഴലായി മാറിയിരുന്ന തിയോഡോർ വാൻഗോ നിശ്ശബ്ദമായി കരയുന്നുണ്ടായിരുന്നു.

പുറത്ത് വെയിലിനു നല്ല ചൂടുണ്ടായിരുന്നു. അവേഴ്സിൽ നിന്ന് അല്പം അകലെയുള്ള കുന്നിലേയ്ക്ക് നടക്കുകയായിരുന്ന ഞങ്ങൾ, വിൻസന്റിനെ ഓർമ്മിക്കുകയും അദ്ദേഹത്തെക്കുറിച്ച് സംസാരിക്കുകയും ചെയ്തു.

പുതിയ സ്മാരകശിലകൾ പാകിയ സെമിത്തേരിയിൽ ഞങ്ങളെത്തി. ചെറിയ ഒരു കുന്ന്. നാല് വശത്തും പഴുത്ത വിളവെടുക്കാൻ പാകത്തി ലുള്ള ഗോതമ്പു പാടങ്ങൾ. ഒരുപക്ഷേ, ഈ പാടങ്ങൾ ചിത്രത്തിലാ ക്കാൻ അദ്ദേഹം ആഗ്രഹിച്ചിരിക്കും.

മൃതദേഹം അടക്കം ചെയ്ത ശവപേടകം, പതുക്കെ സാവധാനം കുഴി യിലെടുത്തുവെച്ചു. ആരെയും കരയിക്കുന്നതായിരുന്നു ആ മുഹൂർത്തം. തന്റെ സ്നേഹിതനെ ഓർമ്മിച്ചുകൊണ്ട് ഏതാനും വാക്കുകൾ, ചരമപ്ര സംഗം എന്ന നിലയിൽ പറയാൻ ഡോക്ടർ ഗാച്ചെറ്റ് ശ്രമിച്ചു. പക്ഷേ, കണ്ണീരിൽ ആ വാക്കുകൾ മുങ്ങിപ്പോയി. ഞങ്ങൾ മടങ്ങി.

വിൻസന്റിന്റെ മരണം സംഭവിച്ച് ആറുമാസം പിന്നിട്ടപ്പോൾ തിയോ അന്തരിച്ചു. യൂട്രെക്കിൽ അടക്കം ചെയ്ത തിയോയുടെ മൃതദേഹം, അദ്ദേ ഹത്തിന്റെ പത്നി ജോയുടെ ശ്രമഫലമായി 1914-ൽ അവേഴ്സിൽ വിൻസന്റിനെ അടക്കം ചെയ്തതിനടുത്തായി സംസ്ക്കരിച്ചു. ഡോക്ടർ ഗാച്ചെറ്റിന്റെ പൂന്തോട്ടത്തിൽനിന്ന് ഒരു ഐവിച്ചെടി കൊണ്ടുവന്ന് അവിടെ നട്ടു. അതിപ്പോഴും അവിടെ വളർന്നു നിൽക്കുന്നു.

വിൻസന്റിന്റെ മരണം ആത്മഹത്യയാണെന്ന് ചരിത്രത്തിൽ രേഖ പ്പെടുത്തപ്പെട്ട യാഥാർത്ഥ്യമായി അംഗീകരിക്കപ്പെട്ടിട്ടുണ്ടെങ്കിലും അതിനെ ചുറ്റിപ്പറ്റി ഉയർന്ന ചോദ്യങ്ങൾക്കു വ്യക്തമായ ഉത്തരങ്ങൾ കണ്ടെത്താനായിട്ടില്ല. ആത്മഹത്യയ്ക്ക് ശ്രമിച്ചതായി, അവശനായി കിട പ്പിലായ വിൻസന്റ് പറഞ്ഞിരുന്നു. എന്നാൽ, അതിനുള്ള തോക്ക് എവിടെ

നിന്നു കിട്ടി, അതെവിടെപ്പോയി എന്നീ കാര്യങ്ങളുടെ നേർക്ക് അദ്ദേഹം മൗനം പുലർത്തുകയുണ്ടായി. വെടിവച്ച് ജീവിതം അവസാനിപ്പിക്കാൻ താൻ സ്വമേധയാ ശ്രമിച്ചുവെന്ന് അദ്ദേഹം വെളിപ്പെടുത്തിയത് ബോധ പൂർവ്വമായിരുന്നുവെന്നും അദ്ദേഹം പറയാതെ പറഞ്ഞിരുന്നു. മുൻപും ഇത്തരത്തിൽ അദ്ദേഹം പെരുമാറിയിരുന്നു. കലഹത്തിനിടയിൽ കോപാ കുലനായ പോൾ ഗോഗിൻ വാളുപയോഗിച്ചാണ് തന്റെ ഇടതുചെവി മുറി ച്ചതെന്ന് വിൻസന്റ് വെളിപ്പെടുത്തിയില്ല. അങ്ങനെ സംഭവിച്ചാൽ, സ്നേഹിതനായ ഗോഗിൻ അപകടത്തിലാകുമെന്ന ഉൽക്കണ്ഠയായി രുന്നു, ആത്മനിയന്ത്രണം കൈമോശം വന്ന ഒരു നിമിഷത്തിൽ തന്റെ ഇടതുചെവി സ്വയം മുറിച്ചതെന്ന് പറയാൻ അദ്ദേഹത്തെ പ്രേരിപ്പിച്ചതെന്ന് ആ സംഭവത്തെപ്പറ്റി അന്വേഷണം നടത്തിയ കലാനിരൂപകർ കണ്ടെത്തി യിരുന്നു. ആ ദുഃഖസത്യത്തെ ഓർമ്മിപ്പിക്കുന്നതായിരുന്നു വിൻസന്റിന്റെ ജീവൻ അപഹരിച്ച ആത്മഹത്യാ ശ്രമമെന്ന കഥ.

ചായപ്പെട്ടിയും ചിത്രപീഠവും ക്യാൻവാസുകളുമായി ചിത്രം വരയ്ക്കാ നായി പതിവുപോലെ പുറത്തുപോകുന്നതും സായംസന്ധ്യയോടെ വേച്ചു വേച്ചു അദ്ദേഹം മടങ്ങിവരുന്നതും നിരവധിപേർ കണ്ടിരുന്നു. ഒരു കൈ കൊണ്ട് വയർ അമർത്തിപ്പിടിച്ച് മടങ്ങിവന്ന അദ്ദേഹം ആരോടും ഒന്നും സാസാരിക്കാതെ മുറിയിൽക്കയറി കതകടച്ചു കിടന്നു. കുറച്ചു നേരത്തിനു ശേഷം വേദന കടച്ചമർത്തുന്ന ശബ്ദം കേട്ട് മുറിയിൽ കയറി നോക്കു മ്പോഴാണ്, അവശനായി വിൻസന്റ് കിടക്കുന്നത് ഹോട്ടൽ ഉടമ കണ്ടത്. കാരണം തിരക്കിയ അയാളോട്, ഞാനെന്നെ മുറിവേൽപിച്ചു എന്നുമാത്രം വിൻസന്റ് വെളിപ്പെടുത്തി. രണ്ടു ദിവസം നീണ്ട യാതനയ്ക്കൊടുവിൽ ചികിത്സയോ പരിചരണമോ കിട്ടാതെ ആ ദീപം അണഞ്ഞതോടെ

മരണത്തിലും ഒരുമിച്ച് തിയോയുടെയും വാൻഗോഗിന്റെയും ശവകുടീരങ്ങൾ

വിൻസന്റ് ആത്മഹത്യ ചെയ്തതായി കഥ പ്രചരിച്ചു. അതു നടന്ന് വർഷങ്ങൾ ഏറെ പിന്നിട്ടപ്പോഴാണ്, ആത്മഹത്യയെന്നത് ഒരു കഥയായിരുന്നുവെന്ന് വിശ്വസിക്കാവുന്ന തെളിവുകൾ പുറത്തുവരുന്നത്.

വിൻസന്റിന്റെ ജീവിതത്തെ ഉപജീവിച്ചെഴുതപ്പെട്ട ലസ്റ്റ് ഫോർ ലൈഫ് എന്ന നോവൽ ചലച്ചിത്രമായി പ്രദർശനത്തിനെത്തിയെ 1956-ലാണ്. പാരീസുകാരനായ റെനി സെക്രിട്ടിൻ എന്ന എൺപത്തിരണ്ടുകാരൻ വിൻസന്റുമായി പരിചയമുണ്ടായിരുന്നുവെന്നും 'ചെമ്പൻ മുടിക്കാരനായ ആ ഡച്ചുകാരനുമായി ഇടപഴകിയിരുന്നുവെന്നുമുള്ള വെളിപ്പെടുത്തലുകളുമായി രംഗത്തുവന്നത്. 1890 ഗ്രീഷ്മകാലത്ത് അവേഴ്സിൽ വെച്ച് വിൻസന്റ് മരണപ്പെടുമ്പോൾ സെക്രിട്ടിന് പതിനാറ് വയസ്സുണ്ടായിരുന്നു. സഹോദരനായ ഗാസ്റ്റനുമൊത്ത് അവേഴ്സ് സന്ദർശിച്ചിരുന്ന ആ ചെറുപ്പക്കാരൻ കൂട്ടുകാരുമൊത്ത് പുഴമീൻ പിടിച്ചും വേട്ടയാടിയും അവധിക്കാലം ആഘോഷമാക്കിയിരുന്നു. മരക്കൂട്ടങ്ങൾക്കിടയിലിരുന്ന് ചിത്രം വരച്ചിരുന്ന വിൻസന്റ് ആ തെമ്മാടിക്കൂട്ടത്തിന് കൗതുകകരമായ ഒരു കാഴ്ചയായിരുന്നു. അദ്ദേഹത്തെ അവർ പരിഹസിക്കുകയും ചിത്രരചനയെ തടസ്സപ്പെടുത്തുകയും ചെയ്തിരുന്നു. ഹോട്ടലുടമയായ റാവോയിൽനിന്ന് വിലയ്ക്കു വാങ്ങിയ തോക്കുമായാണ് സെക്രിട്ടിനും കൂട്ടുകാരും മുയൽവേട്ട നടത്തിയിരുന്നത്. ഒരു ചിത്രമെഴുത്തുകാരനെന്ന നിലയിൽ വിൻസന്റിനോട് അവർക്ക് ബഹുമാനമോ സ്നേഹമോ തോന്നിയിരുന്നില്ല. വിചിത്ര വേഷധാരിയായ അദ്ദേഹം അവർക്ക് ഒരു ജോക്കർ മാത്രമായിരുന്നു. അത്തരം കാര്യങ്ങൾ പറഞ്ഞ അയാൾ വിൻസന്റിന്റെ മരണം സംഭവിച്ചതിനെപ്പറ്റി പക്ഷേ, അർത്ഥവത്തായ നിശ്ശബ്ദത പുലർത്തുകയാണ് ചെയ്തത്.

ചോരയൊലിക്കുന്ന വയറും താങ്ങി മടങ്ങിവന്ന വിൻസന്റിനെ ഡോക്ടർ പരിശോധിച്ചപ്പോൾ ആമാശയത്തിൽ വെടിയുണ്ടകൾ തറച്ചിരിക്കുകയാണെന്ന് കണ്ടെത്തിയെങ്കിലും അതു നീക്കം ചെയ്യാൻ യാതൊരു നടപടിയും എടുത്തില്ല. അപകട വിവരം അറിഞ്ഞെത്തിയ പൊലീസുകാരനും കൂടുതൽ അന്വേഷണമൊന്നും നടത്താതെ ഒരു റിപ്പോർട്ട് എഴുതി, അതിൽനിന്നും കൈ കഴുകുകയാണ് ചെയ്തത്.

പാരീസിൽ നിന്നെത്തിയ സഹോദരൻ തിയോയുമായി സംസാരിച്ചപ്പോൾ അപകട കാര്യത്തിൽ വിൻസന്റ് മൗനം പുലർത്തുകയാണുണ്ടായത്. എന്തായിരുന്നു അതിനു കാരണം? നിരാശയിലും യാതനകളിലും നിന്നുള്ള മോചനമെത്തിയെന്ന വിചാരമായിരുന്നോ അതേപ്പറ്റി അദ്ദേഹം മിണ്ടാതിരുന്നത്?

ആരും ഒന്നും പറയുന്നില്ല. മുപ്പത്തിയേഴാമത്തെ വയസ്സിൽ, ലോകത്തിന് ഒരിക്കലും മറക്കാനാവാത്ത അസാധാരണങ്ങളായ കുറേ ചിത്രടാജ്മഹലുകൾ നൽകിയ ശേഷം വിടപറഞ്ഞ വിൻസന്റ് വാൻഗോ മനുഷ്യചരിത്രത്തിലെ ദുഃഖനിർഭരമായ ഒരു അദ്ധ്യായമായി നമ്മോടൊപ്പം ജീവിക്കുന്നു. ■

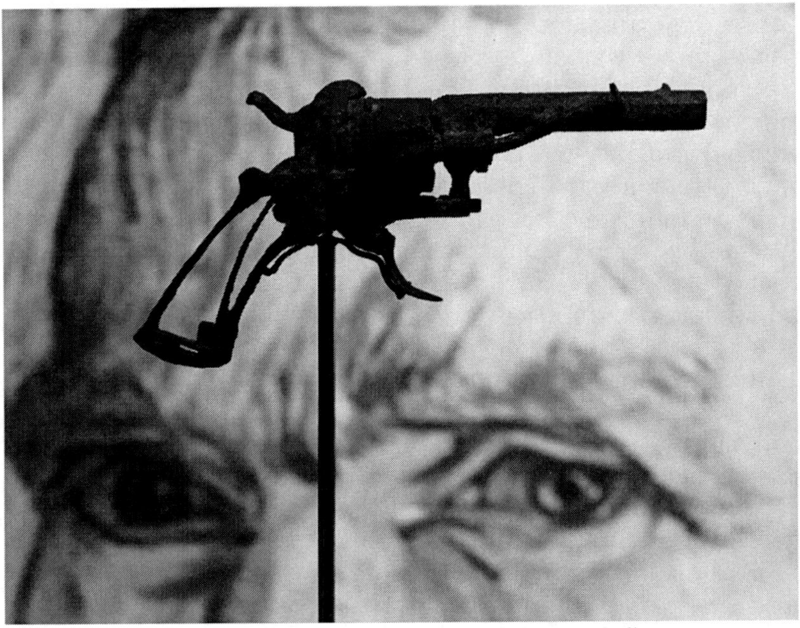

വാൻഗോയുടെ ജീവൻ അപഹരിച്ച തോക്ക്

വാൻഗോ ആത്മഹത്യ ചെയ്തതാണോ, കൊല്ലപ്പെട്ട താണോയെന്ന ചോദ്യങ്ങൾ ഉത്തരമില്ലാതെ അവശേഷി ക്കുന്നു. പശ്ചാത്തലത്തിൽ, വാൻഗോയുടെ ജീവൻ അപഹ രിച്ച തോക്ക് എന്ന് മുദ്രകുത്തി ഒരു പഴയ തോക്ക് ലേലത്തി നെത്തിയിരുന്നു. വാൻഗോയുടെ അജ്ഞാതനായ ഒരു ആരാ ധകൻ ലക്ഷത്തിൽപ്പരം ഡോളറിന് സ്വന്തമാക്കുകയുണ്ടായി.

ഗോഗിനും സൂര്യകാന്തിയും

കടത്തുവഞ്ചി

ഐറിസ്

വാൻഗോവിന്റെ പിതാവിന്റെ ബൈബിൾ

പൂന്തോട്ടം

വിതക്കാരൻ

പൂന്തോട്ടം

മത്സ്യബന്ധനത്തിനുശേഷം

ന്യൂവെന്നിലെ പഴയ പള്ളി

അടുക്കളത്തോട്ടം

സന്ധ്യയ്ക്കു മുമ്പ്

രാത്രിആകാശം

സായാഹ്ന സവാരി

മായുന്ന ചന്ദ്രക്കല